AF747023

அஜ்வா

சரவணன் சந்திரன்

சரவணக்குமார் என்கிற இயற்பெயரைக் கொண்ட, தொழில்முறை ஹாக்கி விளையாட்டு வீரரான இவர் சென்னை கிறித்துவக் கல்லூரியில் இளங்கலை தமிழ் படித்தவர். மதுரை, தேனி, கோவில்பட்டி எனப் பல ஊர்களைச் சொந்த ஊராகக் கொண்ட இவர் தற்போது சென்னையில் வசிக்கிறார். ஆறாம் திணை, மின்தமிழ், காலச்சுவடு, இந்தியா டுடே போன்ற அச்சு மற்றும் மின் ஊடகங்களில் பணிபுரிந்த இவர் கடந்த பத்தாண்டுகளுக்கும் மேலாக காட்சி ஊடகத்தில் பணிபுரிந்திருக்கிறார்.

விஜய் டீவி, ஜீ தமிழ் போன்ற காட்சி ஊடகங்களில் பல்வேறு நிகழ்ச்சிகளில் பல்வேறு பொறுப்புகளில் இருந்திருக்கிறார். ஜீ தமிழில் ஒளிபரப்பாகி வரும் 'சொல்வதெல்லாம் உண்மை' நிகழ்ச்சியைத் துவக்கியவரும் இவரே. அதன் இயக்குநர் பொறுப்பில் இருந்த இவர், தமிழ் தி ஹிந்து, உயிர்மை, ஆனந்த விகடன், மின்னம்பலம் உள்ளிட்ட பல்வேறு பத்திரிகைகளுக்கு கட்டுரைகளும் எழுதி வருகிறார். அச்சு ஊடகம், மின் ஊடகம், காட்சி ஊடகம் என ஊடகங்களின் பல்வேறு வகைகளிலும் இவரது பங்களிப்பு இருந்திருக்கிறது என்பது குறிப்பிடத்தக்கது.

சென்னையில் நவநாகரிக மீன் அங்காடியகம் ஒன்றையும் கடந்த பத்தாண்டுகளாக நடத்திவருகிறார். வேளாண்மையைத் தொழில் முறையாகச் செய்துகொண்டிருக்கிறார்.

ஆசிரியரின் நூல்கள்

ஐந்து முதலைகளின் கதை

ரோலக்ஸ் வாட்ச்

வெண்ணிற ஆடை

அஜ்வா

மதிகெட்டான் சோலை

பாவத்தின் சம்பளம்

பார்பி

எக்ஸ்டஸி

அஜ்வா

சரவணன் சந்திரன்

கிழக்கு

அஜ்வா

Ajwa

Saravanan Chandran ©

Kizhakku First Edition: December 2017
152 Pages

ISBN 978-81-8493-836-4
Kizhakku - 1064

Kizhakku Pathippagam
177/103, First Floor,
Ambal's Building, Lloyds Road,
Royapettah, Chennai 600 014.
Ph: +91-44-4200-9603

Email : support@nhm.in
Website : www.nhm.in

Author's Email: saravanamcc@yahoo.com

Cover Design: Santhosh Narayanan

Cover Photograph: Prabhu Kalidas

Kizhakku Pathippagam is an imprint of New Horizon Media Private Limited.

சாரு நிவேதிதாவுக்கு

அணிந்துரை

'ஐந்து முதலைகளின் கதை', 'ரோலக்ஸ் வாட்ச்', 'வெண்ணிற ஆடை' என ஒரு ஆண்டில் மூன்று புத்தகங்கள். இவற்றில் முதல் இரண்டும் நாவல்கள். மூன்று புத்தகங்களுமே வாசகர்கள் மத்தியிலும் விமர்சகர்கள் மத்தியிலும் பெரும் வரவேற்பைப் பெற்றன. விற்பனையிலும் சோடை போகவில்லை. இப்போது மூன்றாவது நாவல் 'அஜ்வா' வெளி வருகிறது. முதல் நாவல் சென்ற ஆண்டு அக்டோபரில் வெளியானது. அப்படிப் பார்த்தால் ஒரே ஆண்டில் மூன்று நாவல்கள்.

இந்த அபூர்வம் ஒரு படைப்பாளியாக என்னைப் பிரமிக்கச் செய்கிறது. ஏனென்றால், ஒரு நாவல் எழுதுவதென்பது ஒரு உலகத்தினைக் கண் முன் விரிப்பது. இதற்கு மிகப் பெரிய தயாரிப்புகள் தேவை. ஒவ்வொரு நாவலும் ஓர் உலகை அறிமுகப்படுத்துகிறது. ஒரு நாவலின் மையச் சரடு மனித வாழ்வின் அடிநாதமான கேள்விகளை எழுப்பி விடை காண முயல்வது. அந்த வகையில் முதல் இரு நாவல் களுமே முக்கிய நாவல்களாகக் கவனம் பெற்று, இந்த மூன்றாவது நாவல் பெரும் எதிர்பார்ப்பை உருவாக்கியிருக்கிறது.

சரவணன் சந்திரன் ஒரு நாவலாசிரியர் மட்டுமல்ல; ஊடகத்தில் பணியாற்றுபவர். அது மட்டுமல்ல, எழுத்தையும் ஊடகங்களையும் நம்பி வாழ முடியாது என்பதைப் புரிந்துகொண்டு மீன் வியாபாரம் என மாற்றுத் தொழில் முனைவோராக ஈடுபட்டு வெற்றி கண்டவர். அடுத்தடுத்துப் பல திட்டங்கள் வைத்துள்ளார். வணிகத்தில் பெற்ற சந்தைப்படுத்தல் அனுபவங்களைப் புத்தக விற்பனையில் கையாண்டு தனக்கென ஒரு வாசகர் வட்டத்தை உருவாக்கிக் கொண்டவர். எல்லாவற்றையும் மீறி அவருக்குள் ஒரு ஹாக்கி விளையாட்டு வீரனும் இருக்கிறான்.

சரவணன் சந்திரன் எனக்கு சரவணனாகதான் தெரியும். இந்திய ஹாக்கி அணியில் இடம் பெறுவதை லட்சியமாகக்கொண்டு உழைத்து, இந்திய அணியில் இடம் பெறத் திறமை மட்டும் தேவையில்லை என்பதைப் புரிந்து விரக்தியில் விழுந்துவிடாமல் தமிழ் படித்து பதினைந்து, பதினாறு ஆண்டுகளுக்கு முன்பு ஆறாம் திணையில் வேலை கேட்டு என்னிடம் வந்தார்.

அப்போது பணியிடங்கள் இல்லையென்றாலும் தமிழ் படித்தவருக்கு வேலை தர வேண்டுமென்பதால் அவருக்கு மெய்ப்புப் பார்க்கும் பணி தரப்பட்டது. அதோடு அவர் கட்டுரைகளும் எழுதினார். இன்றைக்கு ஊடகங்களில் முன்னணி நிலையில் பணியாற்ற வரும் இளைய தலைமுறை ஊடகவியலாளர்களில் பலர் ஆறாம் திணையில் தங்கள் வாழ்க்கையைத் தொடங்கியவர்கள். சரவணன் சந்திரன் அதோடு பன்முகத் திறமைகளும் பெற்று வளர்ந்துள்ளார்.

இந்தச் சமுதாயத்தில் முழு நேர எழுத்தாளனாக வாழ முடியாது என்பதால், ஓரளவுக்கு உகந்த தொழில் பத்திரிகைத் தொழில் என்பது எனது எண்ணம். அதனடிப்படையில்தான் நானும், பத்திரிகை எழுத்து வேறாகவும் படைப்பெழுத்து வேறாகவும் இருக்கிறது. ஒரு படைப்பிலக்கியவாதியாக பத்திரிகைத் துறையில் திருப்தி ஏற்படுவது துர்லபம். ஆனால், ஆறாம் திணை இரண்டிலும் பயிற்சி அளித்தது. வளமையான நாளிதழுக்கான சமரசங்களைக் குறைத்துக் கொண்டு காத்திரமான சமூக விமர்சனங்களையும் அழகியல் ரசனையையும் முன்வைத்தது.

இதன் பலனாகவும் இதைத் தொடர்ந்தும் கடந்த பதினைந்து ஆண்டு களில் இந்த இடைவெளி குறைந்துள்ளது. இன்று பல ஊடகவிய லாளர்கள் வெற்றிகரமான படைப்பாளிகளாகவும் இருக்கிறார்கள். ஏன், தமிழக திரைப்படத் துறையிலும் இந்த அதிசயம் நடந்திருக்கிறது.

இது போன்ற வாய்ப்புகள் முப்பதாண்டுகளுக்கு முன்பு கிடையாது. அந்தக் காலகட்டத்தில் ஒரு படைப்பாளி பத்திரிகைத் துறையில் சேர்வது தற்கொலைக்குச் சமம்தான். ஜனரஞ்சக ரசனை தவிர அன்றைய ஊடகங்களில் வேறு எதற்கும் இடம் கிடையாது. கதை எழுதியதற்காக, கவிதை எழுதியதற்காக பத்திரிகை ஆசிரியரால் அவமானப்படுத்தப்பட்ட பத்திரிகையாளர்களைத் தெரியும். இன்று ஒரு நிறுவனத்தில் பணியாற்றும் ஒரு பத்திரிகையாளர் தனக்கென வலைப்பூ வைத்துக்கொண்டு தன் கருத்துகளைச் சுதந்திரமாக எழுதுகிறார். ஒரு ஊடகவியலாளன் படைப்பாளியும்தான் என்பதைத்

தமிழ் உலகம் இன்று அங்கீகரித்துள்ளது. என்னைப் போன்றவர்கள் அப்போது தோற்றுப் போனாலும் இன்று இளம் தலைமுறை அதிலே வெற்றி பெற்றிருப்பதில் எனக்கு மகிழ்ச்சியே. சரவணன் சந்திரன் அந்த வகையில் பலபடிகள் முன்னேறி அடுத்த காலகட்டத்துக்கான வழிகாட்டியாகவும் இருக்கிறார்.

இந்தச் சுதந்திரத்தைச் சாதித்துக் காட்டியதில் தொழில்நுட்ப வளர்ச்சிக்கு, குறிப்பாக இணையம் என்ற ஒன்றுக்கு முக்கிய பங்கு உண்டு. இன்று உலகில் சர்வ சுதந்திரமான ஒரு பொதுப் பொருளாக காற்றுக்கு அடுத்து இணையம்தான் இருக்கிறது.

ஆறாம் திணையில் பணியாற்றிய பிறகு நான் சரவணனை 15 ஆண்டுகள் சந்திக்கவேயில்லை. சென்ற ஆண்டில் ஒரு நாள் சாலையில் ஒரு கார் கடந்து நின்றது. அதில் இருந்து இறங்கிய நபர் ''சார் வணக்கம்'' என்றார். முதலில் சட்டென தெரியாவிட்டாலும், ''அட சரவணன்!''

ஆனால், மெய்ப்புப் பார்த்த சரவணன் அல்ல. வெற்றிகரமான தொலைக்காட்சி ரியாலிட்டி ஷோ இயக்குநர். நகரின் நவீன மீன் கடையின் உரிமையாளர். இடையில் பல நாடுகள் சென்று வணிகம் செய்தவர். ஒரு ஊடகவியலாளன் அரசியல் கறை படியாமல் சம்பாதித்து கார், வீடு என வாழ்வதை அறியும்போது அவ்வளவு சந்தோஷமும் மகிழ்ச்சியும்.

''சார், மீடியாவ நம்ப முடியல. வெளிய வந்துட்டா பழையபடியும் ஜீரோல இருந்து ஆரம்பிக்கணும். அதனால், 'பிஷின்'னு ஒரு மீன் கடை வச்சிருக்கேன். எப்ப வேலை போகுமோங்கற பயமின்றி வாழறேன்'' என்று சரவணன் கூறியதில் தற்போதைய ஊடக அவலம் பிணைந்துள்ளது.

அவரது முதல் நாவல் 'ஐந்து முதலைகளின் கதை' மிக எளிமையான நடையில் சம கால வாழ்க்கையை வசீகரம் மிக்க சம்பவங்களால் கோர்த்து நெய்யப்பட்ட படைப்பு. அதைக் கையெழுத்துப் படியில் படித்தபோதே சொல்லிவிட்டேன்: ''தமிழில் மிக முக்கியமான நாவல். அது மட்டுமல்ல, தமிழுக்கு ஒரு சேத்தன் பகத் கிடைத் திருக்கிறான்.'' அதேபோல அந்த நாவல் புதிய தலைமுறை வாசகர்களைக் கவ்விப் பிடித்தது.

ஆனால், அதற்கு முன் அவர் சிறுகதையோ கவிதையோ எழுதிய தில்லை, நேரடியாக நாவல். இது ஆச்சரியம்தான்! அவரது வாசிப்பும் கூருணர்வும் அவருக்குள் கனன்று எரிந்த ஒரு படைப்பாளிக்கே உரிய

தீரா அதிருப்தியும்தான் முதல் முயற்சியிலேயே அப்படியொரு கனகச்சிதமான நாவலை உருவாக்க உதவியிருக்கும்.

இதை வாசகர்கள் கொண்டாடிக் கொண்டிருக்கும்போதே ஒரே மாதத்தில் அடுத்த நாவல் ‘ரோலக்ஸ் வாட்ச்’. ஒவ்வொரு அத்தியாயமாக எழுதி முடிக்க முடிக்க உடனுக்குடன் வாசிக்கும் போது சரவணனுக்குள் இருக்கும் ரசவாதியைக் காண முடிந்தது.

அந்த நாவலும் வெற்றி. உறுதியாக புதிய பாணி எழுத்துதான் என்பதைத் தமிழ் இலக்கிய உலகம் உறுதி செய்தது. என்னைப் பொறுத்தவரை சேத்தன் பகத்தின் தமிழ் பதிப்பாகவே பார்க்கத் தொடங்கினேன்.

இந்த நாவல் வந்து ஒரு மாதம் கூட பொறுக்க முடியவில்லை சரவணனால். ‘வெண்ணிற ஆடை’ என்ற புனைவும் இல்லாமல் அபுனைவும் இல்லாமல் ஒரு புத்தகத்தைக் கொண்டுவந்தார். மூன்றாவது புத்தகம், அதுவும் வெற்றி.

பிரசவ வைராக்கியம் கொஞ்சம்கூட இல்லாத எழுத்தாளன் சரவணன். கொஞ்சம் கட்டுப்படுத்தி வைத்ததால்தான் சில மாத இடைவெளியாவது விட்டார். இல்லையென்றால் அடுத்த மாதத்தில் அஜ்வாவை எழுதியிருப்பார்.

ஒரு படைப்பு எவ்வாறு ரசவாதமாகிறது என்பதை அஜ்வா நாவலை அவர் எழுதும்போது காண முடிந்தது. எட்டு மாதங்களுக்கு முன்பு மாற்று விவசாயம் செய்வதற்கான தேடலில் இறங்கினார். ஏராள மான ஆராய்ச்சிகள், நண்பர்களுடன் விவாதம், பல பயணங்கள். இதையெல்லாம் நான் சொல்லிதான் நீங்கள் தெரிந்துகொள்ள வேண்டும் என்றில்லை. அவரது சமூக வலைத் தளங்களில் இதை எழுதியும் வந்துள்ளார்.

இதெல்லாம் ஒரு வணிகரின் பார்வையில் நிகழ்கிறது என்றுதான் நினைத்திருந்தேன். ஆனால், அவை காய விடுவதற்குள் அந்த அனுபவங்களும் பயணங்களும் ‘அஜ்வா’ நாவலாகிவிட்டது.

போதையும் பயமும்தான் அஜ்வா நாவல். தனது நிலத்தை அமைச்சராக உள்ள சொந்தத் தம்பியே அபகரிக்க முயல்வதால், அந்தச் சொத்துக்கு வாரிசான தனது மகனையே கொன்றுவிடுவான் என்ற பயத்தில் அவனை விடுதியில் தங்கிப் படிக்க வைக்கிறான். மகனுக்குப் பயம். அப்பாவிடம் இருந்து வந்த பயம் தாய்மாமன் சாட்டையால் விளாசிய தழும்புகளாக அவனோடு ஒட்டிக் கொள்கிறது. பயமே உடலாகியது. பய உடலை மறக்க போதையில்

கரைகிறான். அந்தப் போதை உலகம் தன்னைத் தானே அழித்துக்கொள்ளும் நேர்மையான உலகமாக இருக்கிறது. அது விட்டில் பூச்சிகளைப்போல இளைஞர்களை ஈர்த்துக் கருக்கிக் கொண்டே இருக்கிறது.

ஒரு வாழ்ந்து கெட்ட குடும்பத்தின் பல கோடி ரூபாய் சொத்துப் பத்திரம் அவன் கைக்கு வருகிறது. அதைப் பழனி கோயில் உண்டியலில் போட்டு விடும்படி அவன் நண்பன் அவனிடம் ஒப்படைத்து விட்டு இறக்கிறான். சரி, அந்தப் பல கோடி ரூபாய் சொத்துப் பத்திரத்தை பழனி உண்டியலில் போட்டானா? நீங்களாக இருந்தால் என்ன செய்திருப்பீர்கள்? நானாக இருந்தால் என்ன செய்திருப்பேன்? அதைச் செய்யத் தூண்டுவதும் தடுப்பதும் கலையின் வேலையில்லை.

கரிசல் வாழ்க்கை, தேனிப் பகுதி வாழ்க்கை, மதுரை வாழ்க்கை, போதை வாழ்க்கை, சமகால அரசியல் வாழ்க்கை, அதிகாரிகளின் வாழ்க்கை, பாலியல் மாமாக்களின் வாழ்க்கை இந்நாவலில் இருக் கின்றன. இவற்றுக்கிடையே ஜார்ஜ் ஆண்டனி காலத்தைத் தாண்டிச் சென்று கொண்டிருக்கிறான். ஜார்ஜ் ஆண்டனி வழித் தடத்தில் இன்று சென்று கொண்டிருக்கிறான். இப்போது இவனிடம் பயம் இல்லை.

இந்த நாவல் பயம் பற்றிப் பேசுவதால் மதம் சார்ந்த உரையாடல் மெல்லிய குரலில் கேட்டுக்கொண்டே இருக்கிறது. இசுலாமிய, சீக்கிய, கிறித்தவ, இந்து மதங்களின் உரையாடல்களாக ஒலிக்கிறது. அது நட்போடு உரையாடுகிறது. ஒரு வேளை அவனைத் தூக்கிவிடும் மாயக் கை அந்த உரையாடல்கள்தானோ?

படைப்பாளியின் வாழ்க்கைக்கும் படைப்புக்குமான இடைவெளி குறித்து நீண்ட காலமாக உரையாடி வருகிறோம். ஆனால், சரவணனைப் பொறுத்தவரை வாழ்க்கைக்கும் படைப்புக்குமான இடைவெளி மயிரிழை அளவு கூட இருக்கவில்லை. காரணம் என்னவென்றால் சரவணன் தனது புனைவுகளில் பொய்யான அறங்களைப் பேசவில்லை; செயல்படுத்த முடியாத ஒழுக்கங்களை வலியுறுத்தவில்லை.

இரண்டு நாவல்களைப்போல இதிலும் பாலியல் நுண்ணுணர்வுகள் அதிகமாகப் பேசப்படுகின்றன. அதனை பாலியல் எழுத்து என்றும் எடுத்துக் கொள்ளலாம். ஆனால், அது சுஜாதா, சாண்டில்யன் வகையறாக்களின் ஆபாச வர்ணனைகள்போல நிச்சயமாக இல்லை. ஒரிஜினல் அக்மார்க் பாலியல் எழுத்து.

இந்த நாவலில் என்னால் ஏற்க இயலாத ஒரே ஒரு அம்சம் உள்ளது. போன பிறப்புகளில் செய்த காரியங்கள் இந்தப் பிறப்பில் பாதிக்கிறதாம். அதனை அறிவியல்பூர்வமாக அறிந்து மன நோய்க்கு சிகிச்சை அளிக்கிறார்களாம். அதனை என்னால் ஏற்க முடியவில்லை. நான் முன்பிறவியை நம்பவில்லை.

உலகம் முழுவதும் இலக்கியம் தனது கனத்தைக் குறைத்துக்கொண்டு வருகிறது. இனியும் அது கூருணர்வு கொண்ட ஒரு பிரிவினருக்கான நுகர்வாக மட்டும் இருக்க முடியாது. ஆங்கிலத்தில் இந்த இறுக்கத்தை உடைத்து நொறுக்கிவிட்டார்கள். அகதா கிறிஸ்டி, ஜெப்ரி ஆர்ச்சர்களுக்கான வெளி சுருங்கி வருகிறது. இலக்கிய அல்லது கலையியல், அழகியல் ரசனை அதன் மையத்தை உடைத்துக் கொண்டு வெகுமக்கள் ரசனையோடு கலக்கத் தொடங்கிவிட்டது.

இதன் வெளிப்பாடுதான் பாப் டைலனுக்கு நோபல் விருது அளிக்கப் பட்டிருப்பது என்று நான் நினைக்கிறேன். கடந்த நாற்பது ஆண்டு களாக வெகுமக்களின் பாடகராகப் பாடல்கள் எழுதிய ஒருவருக்கு நோபல் பரிசு அளிக்க வேண்டிய நெருக்கடியின் பின்னணியில் இருக்கும் அரசியலையும் அழுத்தத்தையும் ஆரோக்கியமானதாகவே பார்க்கிறேன். அவர் அடிமை முறைக்கும் நிஜ ஒதுக்கலுக்கும் எதிராக எழுதி வந்ததே அந்த அரசியலும் அழுத்தமும் ஆகும். தமிழிலும் அண்மையில் வந்த பல நாவல்கள் இந்த அரசியல் அழுத்தத்தை வெளிப்படுத்துகின்றன. அந்த வகையில் தமிழின் இளம் எழுத்தாளர்களின் முன்னெடுப்பு ஆரோக்கியமானது. சரவணன் சந்திரன் அதில் முன்னணியில் இருக்கிறார்.

சரவணன் இருக்கும் வேகத்தைப் பார்த்தால் இன்னும் ஏழு, எட்டு நாவல்களை அடுத்த இரண்டு ஆண்டுகளுக்குள் எழுதாமல் அடங்க மாட்டார் என்றே எனக்குத் தோன்றுகிறது. இந்த நிமிடத்தில் அவருக்குள் மூன்று நாவல்கள் இருக்கின்றன. அதைத் தடுக்க முடியாது. அவையும் இவை போன்றே சிறப்பாக அமையும்.

வாழ்த்துகளும் அன்பும்

நவம்பர் 4, 2016 **அப்பணசாமி**

என்னுரை

ஒரு விளையாட்டு வீரனை, அவன் காயமற்று இருக்கிற காலத்தில் கூட களத்திற்கு அனுப்பாமல் இருக்கிற நிலை துயரமானது. அந்தத் துயரத்தைப் பல முறை அனுபவித்திருக்கிறேன். எனவே வாய்ப்புக் கிடைக்கிறபோது முழுமையாக ஆடிப் பார்க்க நினைக்கிறேன். இப்போது நல்ல உடல் தகுதியோடு இருப்பதாகவும் கருதுகிறேன். எனக்கு ஏற்கெனவே பழக்கமான களம்தான் இது. இங்கிருந்துதான் என்னுடைய தொழில் வாழ்க்கையை ஆரம்பித்தேன். இடையில் கொஞ்ச வருடங்கள் பிழைப்புத் தேடி வேறு வேறு நிலங்களில் சுற்றினேன். அது அனுபவங்களைக் கொட்டிக் கொடுத்தது.

அந்த அனுபவங்களைத் தோளில் சுமந்துகொண்டு ஒரு நாடோடி போல, முறையான பயிற்சிகள் இல்லாமல், போய்ப் பார்த்துக் கொள்ளலாம் என்றுதான் திரும்பவும் நான் புறப்பட்ட இடத்திற்கே வந்து சேர்ந்தேன். பிழைப்பில் கிடைத்த அனுபவங்களின் காரணமாக மனம் திருந்திய மைந்தனாகவும் வளர்ந்தேன். குடுகுடுப்பைக்காரனைப்போல எல்லாவற்றையும் கொட்டிவிடலாம் என்கிற மன நிலையில் வந்தேன். எங்கள் ஊர் குடுகுடுப்பைக்காரனின் கதைகளை இன்னொரு குடுவைக்குள் அடைத்துச் சொல்கிறேன். குடுவையில் இருக்கிற மருந்தின் வேர் தேடினால், அது மஞ்சணத்திச் செடியாகத்தான் இருக்கும். கருவேல முட்களின் கதையை உலகளாவிய அனுபவங்கள் வழியாக கருவேலத்தின் குணம் கொண்ட டிராகன் பழத்தில் பொருத்திப் பார்க்க விரும்புகிறேன். டிராகனும் கருவேலமும் வேறு வேறல்ல. ஆனாலும் ஒன்று வளர்ச்சியின் குறியீடு. இன்னொன்று அழிவின் குறியீடு. அதே சமயம் இந்த இரண்டும் சேர்ந்ததுதான் நான் என்னுடைய நாவல்களின் வழியாக வடிவமைக்கிற வாழ்க்கை. இந்த வாழ்க்கையை அருளிய

பாண்டி முனி அய்யாவை என் சக்திக்குத் தகுந்த மாதிரி ஏர் ஏசியா விமானத்தின் எகனாமிக் கிளாஸில் அழைத்துச் செல்லப் பிரியப்படுகிறேன். பாண்டி முனி அய்யாவாக இருப்பவர்களெல்லாம் இதை விரும்பத்தான் செய்வார்கள்.

பாண்டி முனி அய்யாவும் எத்தனை காலம்தான் அந்தக் கருவேலங் காட்டிற்குள் நின்று வெந்து கிடப்பார்? அவர் விரும்புகிறாரோ இல்லையோ, ஆட்டு எலும்புகளை மென்றுகொண்டு இருப்பவருக்கு ஒரு இளைப்பாறுதலுக்காக மெக்சிகன் சிஸிலரைத் தர விரும்புகிறேன். எனக்கு இந்தப் படையல்தான் தெரியும். இந்தப் படையலுக்கான வாழ்க்கையைத்தான் அவர் எனக்கு அருளியிருக்கிறார். அதையே நான் நன்றியுடன் திருப்பித் தர விழைகிறேன். அதை அவரும் விரும்பவும் செய்வார் என்கிற உறுதி என்னிடமுண்டு.

தெரிந்ததையெல்லாம் கொட்டுகிற அந்த முதல் தலைமுறை குடுகுடுப்பைக்காரனை முற்றத்தில் அமர வைத்து அகத்திக் கீரையும் நீச்சத் தண்ணீரும் தந்து உபசரித்தவர் மனுஷ்ய புத்திரன் சார். அவர்தான் அந்தக் குடுகுடுப்பைக்காரன் தன்னுடைய கதையை எழுதுவதற்கு உந்துதலாக இருந்தார். அவருக்கு நன்றிக்கடன் பட்டிருக்கிறேன். என்னுடைய ஐந்து முதலைகளின் கதை, ரோலக்ஸ் வாட்ச் நாவல்களை 'போஸ்ட் மார்டன் கிளாசிக்ஸ்' என்று சொல்லி என்மீது ஒளி பாய்ச்சியவர் சாரு நிவேதிதா. ஒரு துறையில் புதிதாக நுழையும் ஒருவனைத் தட்டிக் கொடுத்து உற்சாகப்படுத்தத் தயங்காதவர் என்கிற வகையில் அவர் மீது பெருமதிப்பு கொண்டிருக்கிறேன். அவருக்கு இந்நாவலைச் சமர்ப்பணம் செய்கிறேன். சென்னையில் என்னுடைய தொழில் வாழ்க்கையைத் துவக்கி வைத்தவர் அப்பணசாமி சார். அவர் இந்நாவலுக்கு முன்னுரை எழுதித் தந்ததை உணர்ச்சிகள் மேலிடும் ஒரு அனுபவமாகதான் கருதுகிறேன்.

என்னைத் தூக்கிச் சீராட்டிய எனக்கு முன் எழுத வந்த முன்னோடிகளான விநாயக முருகன், அபிலாஷ் சந்திரன், கே.என். சிவராமன், யுவகிருஷ்ணா, ஜி. கார்ல் மார்க்ஸ், எஸ். செந்தில்குமார், லக்ஷ்மி சரவணக்குமார், தம்பி கார்த்திக் புகழேந்தி ஆகியோரை நன்றியுடன் நினைத்துக் கொள்கிறேன். ஏற்கெனவே எழுதியவற்றைப் படித்துவிட்டு வார்த்தைகளின் வழியாக வழிநடத்தும் என் மூத்த முன்னோடிகளான எஸ். ராமகிருஷ்ணன், தமிழ்மகன், டி.ஐ. அரவிந்தன், இரா. முருகவேள், ந. முருகேச பாண்டியன், இமையம், அ. ராமசாமி, உதயசங்கர், நெல்லை க்ருஷி, பாலநந்தகுமார், மதுரை அருணாசலம் ஆகியோரை எப்போதும் நினைவில் நிறுத்துவேன். என்னை எல்லா

வகைகளிலும் பத்திரமாகப் பார்த்துக்கொள்ளும் என்னுடைய நண்பர்களான செல்வி ரமாச்சந்திரன், சந்தோஷ் நாராயணன், பிரபு காளிதாஸ், ஆனந்த் செல்லையா, கலாநிதி, கட்டுமரம் கண்ணன், திருமகன் ஈ.வே.ரா., ராஜா குள்ளப்பன், டைட்டஸ், சஞ்சீவி குமார், கவிதா முரளிதரன், குணசேகரன், பாரதித்தம்பி, செல்லையா முத்துச்சாமி, லோகேஸ், ஏ.எம். கணேஷ், ஜெயா, பிரவீண், எட்வர்ட், ஆவுடையப்பன், ஸ்ரீரங்கன், அஜய், வழக்கறிஞர் கோவை எம். சரவணன், ஜார்ஜ் ஆண்டனி, வழக்கறிஞர் அழகர்சாமி, இளங்கோவன், முத்தையா, கடங்கநேரியான், ஜி. பச்சையப்பன் ஆகியோரை இந்த நேரத்தில் நன்றியுடன் நினைத்துக் கொள்கிறேன். என்னுடைய புத்தகங்களைப் படித்துவிட்டு நூற்றுக்கணக்கானவர்கள் முகநூலில் விமர்சனம் செய்தார்கள். உண்மையைச் சொல்ல வேண்டுமெனில், அவர்களின் கருவி நான். சிலர் விடுபட்டிருக்க லாம். மன்னிக்க வேண்டுகிறேன். வழக்கம் போலவே பவித்ராவை முன்னிறுத்திய இந்த வாழ்க்கையைக் கொடுத்ததற்காக அந்தப் பேருண்மைக்கு நன்றி சொல்கிறேன். ஒரு குடுகுடுப்பைக்காரனுடன் வாழ்வது சாதாரணமான காரியமா என்ன? ஆயுள் முழுவதும் பவித்ராவிற்குக் கடன்பட்டிருக்கிறேன்.

நாடோடியான இந்தக் குடுகுடுப்பைக்காரன் உங்களுடைய கதை களைதான் சொல்கிறான். ஒரு நாள் அவன் நள்ளிரவில் நகர்வலம் போனபோது, இறப்பில்லாத வீடொன்றில் கடுகு தேடிப் போன தாயொருத்தியைப் பார்த்தான். அந்தத் தாயாகதான் அஜ்வா என்கிற பேரிச்சம் பழத்தைப் பார்க்கிறேன். என்னுடைய சகோதரர்கள் பிறந்தார்கள். வாழ்வென்றால் என்னவென்று தெரிவதற்கு முன்பே வீழ்ந்தார்கள். அவர்களுக்கு மத்தியில் இருந்து அவர்களது ஆசியுடன் ஒருவன் பிழைத்து மேலேறி வந்தான். அப்படிப் பிழைத்து வந்த ஒருவனின் கதைதான் அஜ்வா. அவன்தான் ஐந்து முதலைகளின் கதை நாவலில் இருந்தான். அவன்தான் ரோலக்ஸ் வாட்ச் நாவலில் இருந்தான். அவன்தான் வெண்ணிற ஆடையிலும் இருந்தான். இப்போது அஜ்வாவிலும் இருக்கிறான். ஏனெனில் நான்தான் அது. நான் என்பது நானல்ல இங்கே. இது என் தலைமுறையின் கதை. என் முன்னோர்களின் முன்பு அமர்ந்து, அவர்களிடமிருந்து அவர்கள் அறியாமலே எடுத்துக்கொண்ட அவர்களது வாழ்க்கையைத் திரும்பவும் எனக்குத் தோதான வடிவத்தில் சொல்கிறேன். கரிசல் நிலத்தின் தொடர்ச்சியாகதான் இந்த நாவலை அடையாளப்படுத்த விரும்புகிறேன். புரிந்து விரும்பி, என் முன்னோர்கள் எனக்கு அகத்திக் கீரையும் நீச்சத் தண்ணீரும் வழங்குவார்களாக;

என் சகோதரர்கள் வழக்கம்போல என்னைத் தாங்கிப் பிடிப்பார்களாக; இங்கே வந்து என்னைச் சேர்த்த பேருண்மை, அங்கேயும் என்னைக் கொண்டுபோய்ச் சேர்க்கும் என்கிற நம்பிக்கை நிறைய இருக்கிறது. அது வரைக்கும் பொறுப்பதற்கான மனமும் இருக்கிறது.

சரவணன் சந்திரன்
சென்னை

பயத்திலிருந்து எது விடுவிக்கிறதோ, அதுதான் தெய்வம்
- சாபங்களில் இருந்து தப்பிக்க விரும்புகிறவன்

1

“மலையில் வசிப்பவர்களுக்கு திசை தெரியாது. ஏன், மலைப் பறவைகள் கூட திசை அறியாது என்பார்கள். நான் தட்டுத் தடுமாறி எனக்கான நிலத்தில் திசைகளைப் பற்றி அறிந்துகொண்டேன். நீயும் அறிந்து கொள்வாய் என்கிற நம்பிக்கை இருக்கிறது நண்பா.'' நீண்ட இடைவெளிக்குப் பின்பு நான் ஜார்ஜ் ஆண்டனியைச் சந்தித்தபோது அவன் சொன்ன வார்த்தைகள் எனக்கு அப்போது ஞாபகத்திற்கு வந்தன. பாழடைந்த அந்த பிரிட்டிஷ் பங்களாவின் முன்னால் அந்த இருளில் அமர்ந்திருந்த நான் திசைகள் குறித்துச் சிந்திக்கத் துவங்கினேன். திசைகள் குறித்த அறிவு எனக்குச் சுத்தமாகக் கிடையாது. நான் நிலத்தைக் கவனித்ததே இல்லை.

என் மடியில் சோர்வாகப் படுத்திருந்த டெய்ஸியோடு நான் படுக்கையில் இருந்தபோது, அதிகாலை வெளிச்சம் ஜன்னல் வழியாக விழுந்ததை நினைவிற்குக் கொண்டுவந்து கணித்து, அதுதான் கிழக்குத் திசையென ஊகித்தேன். ஏனெனில், எனக்கு கிழக்கு முகம் தெரிய வேண்டும். எங்கள் ஊர்ப் பக்கமெல்லாம் கிழக்கு முனையில்தான் பிணத்தை அமர்த்தி வைத்து சாமி கும்பிடுவார்கள். பிணத்தை அமர்த்தி வைப்பதற்கென்றே ஒரு மர நாற்காலி வைத்திருப்பார்கள். இல்லாதவர்கள் பக்கத்து வீடுகளில் வாங்கிக் கொள்வோம். இந்த விஷயத்திற்கு மட்டும் மறுக்காமல் கொடுப்பார்கள். ப்ரீச் பாக்ஸ் வந்த பின்னரும் கூட இப்படி

நாற்காலியில் அமர வைக்கும் பழக்கம் இருக்கத்தான் செய்கிறது. எனக்கு அப்போது மறுபடி பங்களாவிற்குள் போவதற்கு அச்சமாக இருந்தது. யாரையாவது அழைக்கலாம் என்றால் என்னிடம் செல்ஃபோன் இல்லை. 4 ஜி தலைமுறையைச் சேர்ந்த பையனின் செல்ஃபோன் இல்லையென்று சொன்னால் யாராவது நம்புவார் களா? ஜார்ஜ் ஆண்டனி எனக்காக வாங்கித் தந்த செல்ஃபோனையும் விற்றுவிட்டேன். எனக்கு அப்போது நேரம், காலம், தேதி குறித்த எந்தக் கவலையும் இல்லை. அதைத் தெரிந்து கொள்ளவும் விரும்பியதில்லை. இருட்டு மட்டும் சீக்கிரம் வந்துவிடக் கூடாது என்று பயந்துகொண்டே இருப்பேன். ஜார்ஜைப் பார்த்து எத்தனை நாட்கள் இருக்கும் என தோராயமாகக் கணக்குப் போட்டேன். விரல்களை மடக்கி மடக்கி முயற்சித்தபோதும் எத்தனை நாட்கள் என்பது அந்தச் சமயத்தில் நினைவிற்கு வரவேயில்லை. முற்றிலும் மங்கியிருந்தது புத்தி.

மூணாறில் அந்தக் குளிரிலும் எனக்கு வியர்த்துக் கொட்டியது. எனக்கு ஆளரவமற்ற காட்டுப் பகுதியிலும்கூட சட்டையைக் கழற்றத் தோன்றவில்லை. என்னுடைய தாய்மாமா திருக்கை விளாறால் அடித்த தழும்புகள் உடல் முழுக்க இருக்கின்றன. யாருக்கும் தெரிந்துவிடக் கூடாதென்பதற்காக அந்தச் சம்பவத்திற்குப் பிறகு எப்போதும் சட்டை போட்டபடியே அலைவேன். தூங்கும்போது கூட கழற்ற விரும்பியதில்லை. அப்படி அவர் அடித்துக் கொண்டிருந்த போது, அம்மா தூரத்தில் சேலையை வாய்க்குள் பொத்தி அழுத்தி அழுது கொண்டிருந்தாள். அவளால் பாவம் என்ன செய்ய முடியும்? சொந்தத் தம்பியே சொத்துக்காகக் கொடுமைப்படுத்துவதை நினைத்து அழுது கொண்டிருந்தாளா? அல்லது எதிர்க் கேள்வி கேட்கத் துப்பில்லாமல் அடி வாங்கிக்கொண்டிருக்கும் என்னை நினைத்து அழுது கொண்டிருந்தாளா?

இந்தப் பயம் என்னுடைய அப்பாவிடமிருந்து வந்து எனக்கு ஒட்டிக்கொண்டது என நிச்சயமாகச் சொல்வேன். அவரிடம் யாராவது சத்தமாகப் பேசினால் ஒடுங்கிவிடுவார். அவர் மாரடைப் பால் சாவதற்கு முதல் நாள் வரை இரவில் மட்டும் வீட்டை ஒட்டிய எங்களது நிலத்தில் இருக்கிற பாத்ரூமிற்குப் போகும்போது அம்மா துணைக்குப் போவாள். ஆனால், பெருஞ்சண்டைகளின்போது கூட அவள் இந்த விஷயத்தை மட்டும் சொல்லிக் காட்டியதில்லை. அம்மா, 'ஆம்பளைக்கு தைரியமாக இருக்கத் தெரியவில்லை' என்று வேறு சில சந்தர்ப்பங்களில் ஆங்காரம் கொண்டு கத்தும்போது அப்பா ஒரு மூலையில் கைகள் நடுங்க சிகரெட்டைப் பற்ற வைக்க முயற்சி செய்து கொண்டிருப்பார் என்பதை நினைக்கும்போது எனக்கும்

சிகரெட் பிடிக்கவேண்டும் என்று தோன்றியது. நான் அந்தச் சம்பவங்களை மறக்க விரும்பினாலும், அவை நான் அமர்ந்து கொண்டிருந்த இடத்தில் விழுந்துகொண்டிருந்த பங்களாவின் நிழல்போல, தோளுக்கு நெருக்கமாய் வந்துகொண்டிருந்தன.

ஒரு சினிமாவில் நடப்பதைப்போல அந்தச் சம்பவம் நடந்தது. அமைச்சராக இருந்த என்னுடைய தாய்மாமன் பத்துப் பதினைந்து ஆட்களுடன் எங்களுடைய தோட்டத்திற்கு வந்தான். தேசிய நெடுஞ்சாலைக்கு மிக அருகில் இருக்கும் அந்த நிலம் சில கோடிகளாவது இருக்கும். அதை எழுதித் தந்துவிட்டு, கொடுக்கிற காசை வாங்கிக்கொண்டு போய்விட வேண்டுமென என்னுடைய தாய்மாமன் அழுத்தம் கொடுத்துக் கொண்டிருந்தான். ஆரம்பத்தில் நைச்சியமாகப் பேசிக் கொண்டிருந்த அவன், இறுதியில் திருக்கை வாலைக் கையிலெடுத்தான். எங்களுக்காகக் கேட்பதற்கு ஒரு நாதியுமில்லை என்பது நன்றாகத் தெரியும் அவனுக்கு. கேட்கப் பாத்தியப்பட்டவனே அவன்தானே? கார்களின் ஹெட் லைட்டை எரிய விட்டு நடுவில் விழுந்த வெளிச்சத்தில் நிற்க வைத்து என்னை அடித்தான். நான் அவனது காலில் விழப் போனபோது, அம்மா தூரத்தில் நின்று அப்படிச் செய்யாதே என சைகை காட்டினாள். அம்மாவுக்கு நான் கோழையாக இருப்பது பிடிக்கவில்லை என்பது எனக்குத் தெரியும். அதை அவள் சொல்லிக் காட்டியதே இல்லை. அவளை விட என்னுடைய அத்தைக்கு நான் அப்படி இருப்பது சுத்தமாகப் பிடிக்காது. அத்தை சந்தர்ப்பம் கிடைக்கும் போதெல்லாம் வேதாளம்போல அதை என் காதுக்குள் ஓதிக்கொண்டே இருப்பாள். அதே சமயம் நான் என்ன வைத்துக்கொண்டா வஞ்சகம் செய்கிறேன்?

நிலைமை சரியான பிறகு ஊருக்கு வா என அம்மாதான் என்னை அனுப்பி வைத்தது. எங்கே போவது என்ற கேள்வியோடு கிளம்பிய நான் ஒரு நீண்ட வட்டமடித்து விட்டு அப்போது அங்கே அமர்ந்து கொண்டிருந்தேன். கொஞ்சம் தைரியம் கிடைத்தால் பங்களாவிற்குள் போய்விடுவேன். டெய்ஸியின் செல்ஃபோன் அவளது தலை மாட்டில் கிடந்த ஞாபகம் இருந்தது. தைரியத்தை வரவழைக்க எனக்குப் புகைக்க வேண்டும்போல இருந்தது. ரோலிங் பேப்பரை எடுத்து என்னால் ஜாயிண்டை உருவாக்க முடியாத அளவுக்குக் கைகள் நடுங்கிக் கொண்டிருந்தன.

நான் ஆரம்ப கட்டங்களில் சிகரெட்டில் போட்டுதான் கஞ்சாவைப் புகைத்துக் கொண்டிருந்தேன். டெய்ஸிதான் ரோலிங் பேப்பரில் வைத்து கஞ்சாவைப் புகைக்கக் கற்றுத் தந்தாள். லாகவமாக அதை அவள் உருட்டும் விதத்திலேயே சொக்கிப் போவோம். கஞ்சாவைப்

பல வகைகளில் எடுத்துக்கொள்ள முடியும். சிகரெட்டில் வைத்துச் சுற்றலாம். ரோலிங் பேப்பரில் வைத்துச் சுற்றலாம். பிளாஸ்டிக் பைப்பில் புதைத்து வைத்துப் புகைக்கலாம். மூங்கில் குழாய் இருந்தால் இன்னும் சிறப்பு. ஹூக்காவில் ஐஸ் போட்டுப் புகைத்துப் பாருங்கள். வேறொரு உலகத்திற்குப் போய்விடுவீர்கள்.

இன்னொரு விஷயத்தையும் சொல்கிறேன். 'ஹாட் பாக்ஸ்' கேள்விப் பட்டிருக்கிறீர்களா? மத்தியான சாப்பாட்டைக் கட்டிக்கொண்டு போகிறீர்களே அதுவல்ல இது. காற்றுப் புகாத ஒரு சிறு அறை அல்லது ஒரு காரில் ஒன்றிற்கும் மேற்பட்டவர்கள் சேர்ந்து அடர்த்தியான கஞ்சாப் புகையை உருவாக்குவார்கள். இப்போ தெல்லாம் சின்னப் பையன்கள் குரூப் ஸ்டடி என்று சொல்லிவிட்டு அவர்களது வீட்டு பாத்ரூம்களையே ஹாட் பாக்ஸாக உருவாக்க ஆரம்பித்துவிட்டார்கள். எதற்கும் உங்கள் வீட்டு பாத்ரூமிலும் ஒரு கண் வைத்திருங்கள். அனுபவஸ்தன் சொல்கிறேன். தப்பாக இருக்காது. சின்னக் குழந்தையை எல்லாம் அந்தப் புகை நடுவில் கொண்டுபோய் சில நிமிடங்கள் வைத்தால் நிச்சயமாகச் செத்து விடும். அந்தப் புகை மூக்கு, காது என நவத் துவாரங்களின் வழியாகவும் உள்ளே போகும். ஏதோ இவையெல்லாம் ஜமைக்கா போன்ற நாடுகளில் உள்ள வழிமுறைகள் என நினைத்துக் கொள்ளாதீர்கள். சரியான தொடர்புகள் உங்களுக்கு இருந்தால் சென்னையில் உள்ள சாலையிலேயே உங்களால் ஹாட் பாக்ஸிற்குள் அமர முடியும். காவல் துறைக்கு இந்த விஷயமெல்லாம் நன்றாகத் தெரியும். ஆனால், பெரிய மனிதர்களின் பிள்ளைகள் புழங்குகிற இடம் என்பதால் கண்டுகொள்வதில்லை. ஒரு முறை அஸிஸ்டெண்ட் கமிஷனர் ஒருவரே ஹாட் பாக்ஸிற்குள் வந்தமர்ந்து பார்த்துவிட்டு ஆடிப் போய்விட்டார். எந்த ஊர் சரக்கு என்றார் உடனடியாக. இமயமலை அடிவாரத்தில் தயாரான சரக்கு என்றார்கள் அங்கே இருந்தவர்கள். அங்கே இடுக்கியில்தான் வாங்கியிருப்பார்கள். இமயமலை என்றதும் சிவபெருமானே நேரில் வந்த மாதிரி ஒரு உணர்வு கிடைப்பதற்காக அப்படிச் சொல்கிறார்கள் என்பது எனக்கு நன்றாகத் தெரியும். அப்படி அமர்வதற்கு நீங்கள் ஆயிரக்கணக்கில் செலவழிக்கவும் வேண்டியிருக்கும். யாருக்கும் சந்தேகம் வராதபடி இருட்டில் நிறுத்தப்பட்டிருக்கிற அந்த வாகனத்தில் ஐந்து நிமிடம் உள்ளே அமர்ந்துவிட்டு வந்தால் போதும், அடுத்த அரை மணி நேரத்தில் நேரே கைலாயத்திற்குப் போய்விட்டு வந்துவிடலாம்.

மெல்லிய பாடல் ஒலிக்க ஒரு முறை உள்ளே அமர்ந்துவிட்டு வந்து சொல்லுங்கள். அதென்ன ஒரு முறை? இப்போதே இந்தக் கதையை

நீங்கள் கேட்டுக் கொண்டிருக்கும்போதே ஹாட் பாக்ஸ் அனுபவத்திற்குத் தயாராகுங்கள். ஹாட் பாக்ஸிற்குள் உள்ளே இருப்பதுபோல கற்பனை செய்து கொள்ளுங்கள். ஒரு வேளை நீங்கள் பெண்ணாக இருந்தால் அதற்காகவெல்லாம் தயங்காதீர்கள். சென்னையில் பெண்கள்தான் இந்த வசதியை அதிகமும் அனுபவிக்கிறார்கள். அப்புறம் டெய்ஸியை எல்லாம் எந்தக் கணக்கில் சேர்ப்பீர்கள்? போதையில் ஆணென்ன பெண்ணென்ன என்கிற நிலையெல்லாம் எப்போதோ உருவாகிவிட்டது. இப்போது உங்களைச் சுற்றி மெல்லிய பாடல் ஒலிக்கத் துவங்கியிருக்கிறது. சின்ன வயதாக இருக்கும்போது தலைக்குக் குளிக்க வைத்து சாம்பிராணிப் புகை போடுவார்களே, அதைக் கற்பனை செய்து கொள்ளுங்கள். சாம்பிராணிப் புகை போட கடைகளுக்கு வரும் இஸ்லாமியர்களைப் பார்த்திருப்பீர்கள்தானே? அவர்கள் அந்தப் புகையைப் போட்டு முடித்த நொடிகளில், ஒரு புகை மூட்டம் கிளம்புமே? இன்னும் கொஞ்சம் விளக்கமாகச் சொல்ல வேண்டுமா? கொசு மருந்து அடித்துவிட்டு அந்த வண்டி நகர்ந்த பிறகு ஒரு புகை மூட்டம் இருக்குமே? அதற்கு நடுவேதான் இப்போது நீங்கள் அமர்ந்திருக்கிறீர்கள். அந்தப் புகையைப் புகையாய் நினைக்காதீர்கள். எனக்காக இந்த அனுபவத்திற்குத் தயாராகுங்கள். இதோ மெல்லிய ஒலியில் என்னுடைய கதையைச் சொல்லத் துவங்குகிறேன். அதில் ஒரு ஒழுங்கமைவு இருக்காது. அது நம்மைப் போன்றவர்களின் பொதுத் தன்மை. திடீரென்று நம்மைப் போன்றவர்கள் என்று சொல்கிறேனே என திகைத்துவிட்டீர்களா? நீங்கள்தான் இப்போது ஹாட் பாக்ஸிற்குள் இருக்கிறீர்களே... ஒரே குட்டையில் ஊறின பிறகு எல்லா மட்டைகளும் ஒன்றுதானே? ஒன்றும் செய்யாது தைரியமாக இருங்கள். நானெல்லாம் தைரியம் சொல்கிற அளவிற்கா உங்களுடைய நிலை இருக்கிறது?

நான் யார், டெய்ஸி யார், ஜார்ஜ் ஆண்டனி யார் என்கிற கதையைத்தான் இப்போது உங்களிடம் சொல்லப் போகிறேன். அதற்கு முன்னால் எனக்கு நடந்ததைக் காட்சிகளாக என் கண் முன்னே விரித்துக் கொள்ளவேண்டும். எனக்கு அப்போது கொஞ்சம் நினைவு தப்பியிருந்தது. பல விஷயங்கள் மங்கலாகதான் நினைவில் இருக்கின்றன. நான் ரோல் செய்த சிகரெட்டைக் குடித்து முடித்ததும் ஒரு தைரியம் வந்து ஒட்டிக்கொண்டது. இந்த தைரியத்திற்காகதான் இந்தப் பழக்கமும் என்னோடு ஒட்டிக்கொண்டது. நான் ஊர் திரும்ப வேண்டும், அம்மாவைப் பார்க்கவேண்டும். ஜார்ஜ் ஆண்டனியைப் பார்த்து மன்னிப்பு கேட்கவேண்டும். மூன்றாவது முறையும் அவன் என்னை மன்னித்துவிடுவான் என உறுதியாகத் தோன்றியது.

நான் மஞ்சள் விளக்கு வெளிச்சத்தில் ஆடிக் கொண்டிருந்த பங்களாவை நோக்கி நகர்ந்தேன். நண்பர்கள் எப்போது திரும்பி வருவார்கள் என்று தெரியவில்லை. நானும் டெய்ஸியும் மட்டும் தான் இருக்கிறோம். எல்லோரும் எங்கோ வேட்டைக்குப் போயிருக்கிறார்கள் என்று கேள்விப்பட்டேன். நான் நடக்கும்போது மரங்களும் நிழல்களாகி என்னோடு, இல்லையில்லை என்னைவிட வேகமாக நடந்தன. நான் தயங்கித் தயங்கி பயந்தோடி எங்களுடைய அறை வாசலில் போய் நின்றேன். அங்கே என்னுடைய காதலி டெய்ஸி படுத்துக் கிடந்தாள். அவளது பிங்க் நிற டீ ஷர்ட் வயிற்றுக்கு மேலே ஏறியிருந்தது. அவளது தொப்புளுடன் கூடிய சின்னத் தொப்பை பளிச்சென்று தெரிந்தது. நான் அவளை நோக்கி முன்னேறினேன்.

௨

பாவ புண்ணியங்கள் குறித்தெல்லாம் அப்போது எந்தக் கருத்துகளும் இல்லாமல்தான் இருந்தேன். வாய்ப்புக் கிடைத்தால் ஆட்டத்தின் விதிகளை மீறிக் கிளம்பிப் போவதற்கான மன நிலையில்தான் இருந்தேன். நான் இருந்த விடுதியில் விஜி அண்ணனைத் தூக்கிக் கொண்டுவந்து போட்டார்கள். விடுதி என்றால் நீங்கள் வேறு எதையும் யோசித்து விடாதீர்கள். போதை மீட்பு மையத்தைத்தான் நான் விடுதி என்று கௌரவமாகக் குறிப்பிடுகிறேன். மற்றபடி இதை வெளிப்படையாகச் சொல்வதில் எனக்குக் குழப்பங்கள் ஒன்றும் இல்லை. ஒட்டுமொத்தமாகப் பாருங்கள். இந்த மொத்தச் சமூகத்தையும் போதை மீட்பு மையத்தில்தான் சேர்க்க வேண்டும். விதம் விதமான போதைகள், அதிகார போதை, புகழ் போதை இன்ன பிற சிறிய மற்றும் பெரிய விதவிதமான போதைகள், ஒரு வகையில் மனிதனால் போதையில்லாமல் இருக்கவே முடியாது. உலகமே ஏதாவதொரு போதையின் பின்னால்தான் வால் பிடித்து ஓடிக் கொண்டிருக்கிறது. அப்படி ஒரு புகழ் போதையில் வீழ்ந்துதான் விஜி அண்ணனை இங்கே கொண்டுவந்து போட்டிருக்கிறார்கள். அண்ணன் ஊரில் தனது புகழை நாட்டுவதற்காக மனிதர்களைக் கொன்றபடி இருந்தார். அண்ணன் இப்போது கஞ்சாவும் குடியும் ஒருசேரக் கலந்ததால் ஆளே சுருங்கிப் போயிருந்தார். விஜி அண்ணனை அந்தச் சுருங்கிய வடிவில் பார்த்தபோதுதான் பாவ புண்ணியங்கள் குறித்துச் சிந்திக்கத் துவங்கினேன்.

நான் சின்ன வயதில் எனக்கு வீரம் வரவேண்டும் என்பதற்காக, எங்கள் ஊரில் இருந்த ரௌடித்தனம் பண்ணும் அண்ணன்களோடு

சேர்ந்து சுற்றத் துவங்கியிருந்தேன். அதற்காக நான் ரௌடியெல்லாம் கிடையாது. சும்மா தள்ளி நின்று வேடிக்கை பார்ப்பேன். இதுவரை நான் ஒருவரைக் கூட கை நீட்டி அடித்ததில்லை. என்னுடைய அம்மா கொடூரமான வார்த்தைகளால் எல்லாம் அப்பாவை வறுத்தெடுத்திருக் கிறது. ஆனால், அப்பா ஒருபோதும் கை நீட்டியதில்லை. அப்பா அப்படி அடித்தால் அம்மா அதனால் வருத்தம் கொள்வதைவிட அதிகம் சந்தோஷப்பட்டிருக்கும் என்றுதான் தோன்றுகிறது. அப்படியாவது அவர் வீரனாகிவிட்டார் என்று குதூகலமடைந் திருக்கும். ஆனால், அப்பா அம்மாவிடம் மட்டும் அல்லாமல் எல்லோரிடமும் தயவோடு நடந்துகொண்டார். அப்படி அப்பாவிட மிருந்து அவரது நியாய தர்மங்களும் என்னை வந்து ஒட்டிக் கொண்டன. அப்படித்தான் தாமரை இலைத் தண்ணீர்போல விஜி அண்ணனுடனும் சுற்றிக் கொண்டிருந்தேன்.

சின்னச் சின்ன ரௌடித்தனங்கள் செய்கிற வரை அண்ணன் வசீகரமாக இருந்தார். அப்புறம் விகாரமாகிப் போனார். மேலத் தெரு ஆட்களுக்காக அவர் சாதியக் கொலைகளைச் செய்ய ஆரம்பித்த போது அவரிடமிருந்து ஒதுங்கிவிட்டேன். கதிரேசன் கோயில் மலையில் வைத்து தன்னுடைய முதல் கொலையைச் செய்தார் அண்ணன். அவர் சாதிப் பெண்ணைக் காதலித்ததற்காக வேற்று சாதிக்காரன் ஒருவனின் தலையை அறுத்து கதிரேசன் மலை உச்சியில் வைத்த அன்று அவர் ஊரில் அறியப்படுபவராக மாறிப் போயிருந்தார். அந்த ஊரே அந்தக் கொலையைப் பற்றிதான் பேசிக் கொண்டிருந்தது. அந்தப் பெண் தீப்பெட்டி ஆபீஸில் வேலை பார்த்துக் கொண்டிருந்தாள். எப்படியோ அவளுக்கும் இவருக்கும் பழக்கம் ஆகிவிட்டது. பையன் தரப்பிலும் விவகாரமான ஆட்கள் பலர் இருந்தார்கள். விஜி அண்ணன் இதைச் செய்தால், வழக்கிற்கான எல்லா ஏற்பாடுகளையும் பார்த்துக் கொள்வதாக அந்தத் தரப்பில் சொல்லியிருக்கிறார்கள். அதே மாதிரி அண்ணனை அந்தக் கொலை வழக்கில் பதினைந்து நாட்களிலேயே மீட்டெடுத்தார்கள். வழக்கு இன்னமும் நடக்கும். சின்னச் சின்ன காரியங்களைச் செய்து கொண்டிருந்த அண்ணனுக்கு எப்படியாவது ஒரு பெரிய சம்பவத்தைச் செய்துவிட வேண்டும் என்கிற ஆசை. இந்தக் கொலையை முன்னின்று செய்து முடித்துவிட்டார்.

இத்தனைக்கும் கொலையுண்டவன் அண்ணனின் நண்பன்தான். இரண்டு பேருமே ஒரே பள்ளியில் படித்தவர்கள். கால் பந்தாட்ட அணியில் ஒன்றாக விளையாடியவர்கள். அவரைக் கொலை செய்வதற்காக நாகர்கோயிலில் இருந்து வந்திருந்த சுந்தர்

அண்ணனும் கால் பந்தாட்ட வீரர்தான். ஒரு போட்டிக்காகப் போனபோதுதான் மூன்று பேரும் பழக்கமாகியிருக்கிறார்கள். இந்த இரண்டு பேர் ரௌடியாகிவிட்டனர். அந்த அண்ணன் ஒழுங்காக மெடிக்கல் ஷாப்பில் வேலை பார்த்துக் கொண்டிருந்தார். வேலை முடிந்த இரவொன்றில் நைச்சியமாகப் பேசி, மலைக்குக் கொண்டு போய்விட்டார் விஜி அண்ணன். அவரைக் கொல்வதற்காக வந்திருந்த சுந்தர் சிங் அண்ணன் மேலே காத்துக் கொண்டிருந்தார். ஏற்கெனவே இந்த அண்ணனைப் பல முறை பார்த்திருக்கிறேன். இதைக் கொலைத் திட்டம் என்று அறியாத நான், விஜி அண்ணன் சொன்னார் என்பதற்காக மேலே இருந்தவர்களுக்குப் பெரியசாமித் தேவர் கடையில் புரோட்டாவும் ஆம்லேட்டும் மட்டன் சுக்காவும் வாங்கிக் கொண்டு போனேன். சுந்தர் அண்ணன் தனக்குச் சாப்பாடு வேண்டாம் என்று சொல்லிவிட்டார். மூன்று பேரும் சேர்ந்து குடிக்க ஆரம்பித்தார்கள். உனக்கு என்ன வேண்டும் என சுந்தர் சிங் அண்ணன் கேட்டபோது, மெடிக்கல் ஷாப்பில் வேலை பார்த்தவர் உடனடியாக அண்ணனைத் தடுத்தார். ‘‘சின்னப் பையனுக்கு பழக்கி விட்டுராதீங்க மக்கா. நல்லா வரவேண்டிய பயல். அவனாவது நல்லா வரட்டும். நம்மள மாதிரி சீப்படப் போறான்’’ என்றார் அந்த அண்ணன்.

நான் அவர்கள் அருகில் அமர்ந்து ஆம்லேட்டைப் பிய்த்துத் தின்று கொண்டிருந்தேன். மட்டன் சுக்காவை எடுக்கத் தயங்கிக் கொண்டிருப்பதைப் பார்த்த மெடிக்கல் ஷாப் அண்ணன் என் மடியில் ஒரு பொட்டலத்தைத் தூக்கிப் போட்டு, ‘‘வளர்ற பிள்ளை நல்லா சாப்பிடணும். பார்த்துக்க. கொறிச்சிட்டு இருக்க’’ என்றார். என் வீட்டில் மட்டன் செய்தால் நான் மட்டும் அரை கிலோ சாப்பிடுவேன் என்பது அண்ணனுக்குத் தெரியாது என்பதை நினைத்தபோது எனக்குச் சிரிப்பு வந்தது. நான் ஒவ்வொரு துண்டாக எடுத்துச் சுவைத்தேன். பெரியசாமித் தேவர் கடை மட்டன் சுக்கா பஞ்சுபோல இருந்தது.

திடீரென, ‘‘அந்தப் பக்கம் எந்திரிச்சுப் பேடா’’ என்றார் சுந்தர் சிங் அண்ணன். முழு போதையில் தலையைத் தொங்கப் போட்டு எதையோ புலம்பிக் கொண்டிருந்தார் விஜி அண்ணன். கையில் நீளமான அரிவாள் இருந்தது. அது வெள்ளைத் துணியால் சுற்றப்பட்டிருந்தது. அதை அண்ணன் அருகில் இருந்த மரத்தில் கொத்தினார். அந்தத் துணி அறுபட்டு அரிவாளின் கூர்மையான பக்கம் வெள்ளியை உருக்கியதுபோல தெரிந்தது. நான் புரியாமல் அங்கு நடப்பதைப் பார்த்துக் கொண்டிருந்த போதுதான் விஜி அண்ணன் தள்ளாடி நடந்துபோய் தலையைக் கீழே தொங்கப்

போட்டுக்கொண்டிருந்த அவரது பின்பக்கமாய்ப் போய் நின்று கொண்டு அந்த அண்ணனின் கழுத்தை அறுத்தார். சுந்தர் சிங் அண்ணன் அவரது கால்களைக் கெட்டியாகப் பிடித்துக்கொண்டார். ஐந்து நிமிடத்தில் தலையை அறுத்துக் கீழே போட்டார்.

கோழி கழுத்தை அறுக்கும்போதே எனக்குப் பயம் வந்துவிடும். அம்மா நிலத்தின் ஒரு ஓரத்தில் என் பார்வை படாதபடிதான் போய் அறுத்துக் கொண்டுவரும். எனக்கு தீபாவளிப் பண்டிகை என்றால் குஷி. ஏனெனில், அன்றைக்கு மட்டும்தான் என்னுடைய அப்பா இரவு இரண்டரை மணி இருக்கும்போதே என்னை எழுப்பி கறிக் கடைக்கு அழைத்துப் போவார். ஒவ்வொரு வருடமும் இது தவறாமல் நடக்கும் சடங்கு. அந்த நேரத்திலேயே கறிக் கடையில் கூட்டம் இருக்கும். ''என்ன சின்ன மொதலாளி பட்டாசெல்லாம் வாங்கிட்டீங்களா? தைக்கக் குடுத்தத வாங்கிட்டீங்களா? உங்க அப்பாரு கடைசி நேரத்துலதான் எதையும் செய்வார்'' என்பார் கறிக் கடையில் இருக்கும் மாமா. அவர் என்னுடைய பக்கத்து வீட்டுக்காரர்தான். அவர் ஆட்டை அறுக்கும்போது சிரித்துக் கொண்டே, ''இப்படி இந்தப் பக்கமா தைரியமா வந்து நில்லுங்க முதலாளி'' என்பார் என்னைப் பார்த்து. நான் அப்பாவின் இடுப்பைப் பிடித்துக்கொண்டு ஒடுங்கி நிற்பேன். அந்தத் தலையை அறுத்து ரத்தத்தை வடிய வைப்பார்கள். அதன் காரணமாகவே நான் என் வாழ்நாளில் இரத்தப் பொறியல் மட்டும் சாப்பிட்டதே இல்லை. அந்த ஆட்டின் செத்த தலையில் கண்கள் மட்டும் பரிதாபமாகக் கெஞ்சுவது மாதிரி இருக்கும். அப்படித்தான் இந்த அண்ணனின் தலையும் கிடந்தது. அண்ணனின் தலையில் இருந்த வாயில் பாதி தின்ற புரோட்டா தொங்கிக் கொண்டிருந்தது. உள்ளங்காலில் இருந்து உச்சி வரை ஒரு நடுக்கம் வந்து எனக்குள் ஒட்டிக்கொண்டது. பிணம் பற்றிய பயம் அப்போதிருந்துதான் கூடுதலாக என்னை வந்து ஒட்டிக்கொண்டது.

கதறிக்கொண்டு கீழே ஓட முயற்சித்த என்னைத் துரத்திப் பிடித்த விஜி அண்ணனை, சுந்தர் சிங் அண்ணன் ஓடி வந்து தடுத்தார். ''சின்னப் பையன்டா, ரத்தத்தப் பாத்து பயந்திருப்பான். நம்ம பையன்தான். யார்ட்டயும் சொல்லமாட்டான். விடு. சொல்ல மாட்டீல்ல...'' என்றார் சுந்தர் அண்ணன். நான் ''மாட்டேன்'' என முனகினேன். இப்போது சுந்தர் அண்ணனும் இல்லை, விஜி அண்ணனும் இல்லை என்பதால் உங்களிடம் சொல்லமாட்டேன். இருபது ரூபாயை எடுத்து என் கையில் திணித்த விஜி அண்ணன், ''புரோட்டா சாப்ட்டுட்டு போடா'' என்றார்.

அதற்கடுத்து விஜி அண்ணனை விட்டு ஒதுங்கியிருந்தேன். அண்ணனும் அதைப் புரிந்துகொண்டார். அண்ணன் நான் சென்னைக்குப் போகிற வரை ஊரார் சொன்ன கணக்கின்படி பதினொரு கொலைகளைச் செய்திருந்தார். சுந்தர் சிங் அண்ணனை நாகர்கோயில் கோர்ட்டுக்குக் கொண்டுவந்தபோது வெட்டிக் கொன்றுவிட்டனர். அந்தக் கொலையையும் அந்த ஊரே பேசியது. நான் பேப்பரில் பார்த்துதான் தெரிந்துகொண்டேன். எனக்கு அந்தச் செய்தியைப் படித்தபோது சந்தோஷத்திற்குப் பதிலாக வருத்தமே வந்தது. என்ன இருந்தாலும் அது அண்ணன்தானே? பழிக்குப் பழியான கொலை அது. சுந்தர் அண்ணனையும் அதே மாதிரி கழுத்தை அறுத்துதான் கொன்றிருந்தார்கள். அண்ணனின் புகைப்படத்தைப் பார்த்தேன். கண்கள் பிதுங்கிய ஆட்டுத் தலை மாதிரியே இருந்தது. அதன் வாயில் ஏதோ சொருகப்பட்டிருந்தது. கறுப்பு வெள்ளைப் புகைப்படம் என்பதால் என்னவென்று சரியாகத் தெரியவில்லை என்பதால் கூர்ந்து பார்த்தேன். ஒரு வேளை புரோட்டாவாக இருக்கலாம். சுந்தர் அண்ணனுக்குப் புரோட்டா சுத்தமாகப் பிடிக்காது என்பது அவர்களுக்குத் தெரியாதுபோல.

சுந்தர் அண்ணன் மீதே கை வைத்துவிட்டதால் விஜி அண்ணனுக்குப் பயம் வந்துவிட்டது. பழைய ஆக்ரோஷம் அடங்கிவிட்டது. பூனை மாதிரி ஒளிந்து திரிந்து கொண்டிருந்தார் அண்ணன். ஒரு நாள் இரவில் கோயில் மேட்டு முக்கில் இருட்டில் வைத்துப் பார்த்தார். எடுத்த எடுப்பிலேயே, ''சென்னைக்குப் போயிடுவ'' என்றார். புரோட்டா சாப்பிட்டுக்கோ என ஐம்பது ரூபாயை எடுத்துக் கையில் திணித்த போது இன்னொரு கையில் குடியோடு சேர்த்துக் கஞ்சாவும் புகைந்து கொண்டிருந்தது.

நான் சென்னைக்கு வந்த பிறகிலிருந்து அண்ணனைப் பற்றி ஒரு நல்ல செய்திகூட கிட்டவில்லை. போதையில் அவர் முழுவதுமாக வீழ்ந்து பயந்தாங்கொள்ளியாக மாறிப் போயிருந்தார். இடையில் அவ்வப் போது ஒரு சில நாட்கள் ஊருக்குப் போய்விட்டு உடனே திரும்பிவிடுவேன். என்னை மீட்பு மையத்தில் கொண்டுபோய்ச் சேர்த்தபோது, தலையில் அடித்துக்கொண்டு அழுதது அம்மா. ''அப்பன மாதிரியே வந்துட்டியே'' என மெல்லமாய் அரற்றிக் கொண்டே அழுதது. அம்மா கதறி அழுததை அப்போதுதான் முதல் முறையாகப் பார்த்தேன்.

அந்த விடுதியில்தான் அண்ணனைத் தூக்கிக் கொண்டுவந்து போட்டார்கள். நான் அங்கிருந்த குறுகிய காலத்திலேயே சில சாவுகளைப் பார்த்திருக்கிறேன் என்பதால் உறுதியாக நினைத்தேன்.

அண்ணனின் கண்ணில் ஒளியில்லை. அந்தக் கதிரேசன் கோயில் மலையில் நிலவொளியில் மினுமினுத்த அண்ணனின் அந்தக் கண் ஒளி மங்கிவிட்டது. மரணக் களை வந்துவிட்டது. இரண்டு கால்களும் வீங்கியிருக்கின்றன. கிட்னி கண்டிப்பாகக் கெட்டு விட்டது. போதை கேட்டு அடம் பிடித்த அவரை அந்த மையத்திலிருந்த இரண்டு ஆட்கள் போட்டு அடித்தார்கள். அண்ணன் அடி வாங்குவதைப் பார்க்கக் கஷ்டமாக இருந்தது. அடிகளை வாங்கியபடி ஆள் நத்தை மாதிரி சுருண்டு கிடந்தார். நான் நினைத்த மாதிரியே அவர் வந்து சேர்ந்த அடுத்த சில நாட்களில் செத்துப் போனார். அண்ணனின் விடுதி வாசத்தில் ஒரே முறைதான் என்னிடம் பேசினார். ''என்னாச்சுல உனக்கு? எங்களுக்கு பாடம் படிப்பிக்க வேண்டியவன், இப்படி வந்து கெடக்கியே...'' என்றார் மெல்லிய முனகலாக. அண்ணன் கேட்டபோது நான் தலையைக் குனிந்து கொண்டேன்.

3

ஜார்ஜ் ஆண்டனியும் நானும் குன்னூரிலுள்ள செயின்ட் ஹையர் செகண்டரி பள்ளியில் படித்தவர்கள். மாமாவின் பிரச்சினை வந்ததால் பதினோராம் வகுப்பில் அம்மா என்னை ஹாஸ்டலில் சேர்த்து விட்டுவிட்டது. அங்கே படித்தால் ஒழுக்கத்துடன் கொஞ்சம் உலக விவகாரங்களையும் கற்றுக் கொள்வான் என்று யாரோ சொன்னதால் இந்த ஏற்பாடு. ''நான் சொல்ற வரை நீ வெளியே இரு. நமக்குன்ன ஒரு காலம் வரும். அது வரை நாம பொறுத்திருந்துதான் போகணும். எனக்குமே இது கஷ்டமாத்தான் இருக்கு. ஆனா நம்ம சூழலப் புரிஞ்சுக்கோ'' என ஹாஸ்டலில் சேர்த்து விடும். அன்றைக்குச் சொன்னது அம்மா. அப்போது அம்மா எதற்காக இதையெல்லாம் சொல்கிறது என்பது எனக்கு விவரமாகப் புரியவில்லை. பிற்பாடுதான் அம்மா தன்னுடைய காலத்திற்காகக் காத்திருக்கிறது என்கிற விஷயமே எனக்குப் புரிந்தது. எதையாவது செய்து என்னுடைய செலவுகளுக்கான பணத்தில் குறை வைக்காமல் பார்த்துக்கொண்டது அம்மா. நான் ஹாஸ்டலில் தங்கியிருந்தேன். என்னால் யாருக்கும் எந்தப் பிரச்சினையும் இருக்காது. அப்படி அமைதியாக இருப்பேன். என் வகுப்பு நண்பர்கள் என்னைச் சீண்டும்போது, ஜார்ஜ் ஆண்டனிதான் ஓடி வந்து தடுப்பான். அந்தப் பையன்களை அடித்து விரட்டுவான். வாத்தியார்களெல்லாம் என்னை அசமந்தமாகதான் ஆரம்பத்தில் பார்த்தார்கள். ஆனால், அந்தப் பள்ளி மாணவர்களைவிட நான் பேசிய ஆங்கிலமும் என்னுடைய வெளுப்பான தோற்றமும் என்னை வித்தியாச மானவனாக அவர்களை உணர வைத்தது. நான் அப்போது அங்கே சின்னச் சின்ன பொருட்களை ஒரு சாகச மன நிலைக்காகத்

திருடிக்கொண்டிருந்தேன். அந்தப் பொருட்களைப் பயன்படுத்த வெல்லாம் மாட்டேன். எங்காவது செடி மறைவில் கொண்டுபோய்ப் போட்டுவிட்டு வந்துவிடுவேன். திருடும்போது சின்னதாய் மனதில் ஒரு குறுகுறுப்பும் தைரியமும் வந்து ஒட்டிக்கொள்ளும். அந்த அனுபவத்திற்காகவே அதைச் செய்து கொண்டிருந்தேன். பெரிய வீட்டுப் பையன் என்று நினைத்துக்கொண்டு என் மீது யாரும் சந்தேகமே பட்டதில்லை. அது என் சாகச வேட்டைக்கு வசதியாகப் போயிற்று!

நான் தனிமையில் இருக்கும்போது சில பையன்கள் சீண்டிப் பார்ப்பார்கள். ஹாஸ்டலில் என்னைச் சில பையன்கள் ஹோமோ செக்ஸுக்கு வற்புறுத்தினார்கள். நான் குளிக்கும் அறையை வேண்டு மென்றே காலால் எத்தித் திறப்பார்கள். குளித்துவிட்டுத் துண்டைக் கட்டிக்கொண்டு போகும்போது அதை அவிழ்த்து விடுவார்கள். ஒரு கட்டத்தில் நான் பயந்துகொண்டு தினமும் குளிக்கப் போவதையே நிறுத்தியிருந்தேன். யாரும் இல்லாத நேரமாகப் பார்த்து, எப்போதாவது குளிக்கப் போவேன். மாலை நேரங்களிலோ, விடுமுறை தினங்களிலோ துணிகளைத் துவைக்கப் போக மாட்டேன். பாட்டில் தண்ணீரில் முகத்தை மட்டும் கழுவிக் கொள்வேன். இதன் காரணமாக ஒருவித பூச்சியொன்று என் அழுக்கு உடைகளின் வழியாக என்னுடைய உடலில் ஏறிக்கொண்டது. பேனைப் போலவே கறுப்பு நிறத்தில் வட்ட வடிவத்தில் இருக்கும். அவை கண் இமைகளில் ஊரும். அக்குளில் உள்ள முடியில் கொத்துக் கொத்தாக ஒட்டிக் கிடக்கும்.

ஒரு தடவை ஜார்ஜ் ஆண்டனி இதைப் பார்த்து அரண்டுவிட்டான். அவன் வீட்டிற்கு அழைத்துப் போய், சீயக்காய் போட்டுக் குளிக்க வைத்து, சாம்பிராணி போட்டு அந்தப் பூச்சிகளை எடுத்தார்கள். என்னுடைய எல்லாத் துணிகளையும் துவைத்தெடுத்துக் கொண்டு வந்து கொடுத்தான். அந்தப் பையன்களை வெளியே வரவழைத்து அடித்துத் துவைத்தான். அதிலிருந்து அவர்கள் என்னை விட்டு விட்டனர். ஜார்ஜ் ஆண்டனியோடு இணைத்து வைத்துப் பேச ஆரம்பித்தார்கள். சில வாத்தியார்களே அப்படிப் பேசியிருக் கிறார்கள். ஆனால், ஜார்ஜ் ஆண்டனியைப் பொறுத்தவரை ஹோமோ செக்ஸ் என்பது அவனது மதத்திற்கு எதிரானது. யாராவது கிண்டலடித்தார்கள் என்று சொல்லி நான் அந்த வார்த்தையை உச்சரித்தால்கூட அவன் முகத்தைத் தூக்கி வைத்துக்கொள்வான். அது அவனைப் பொறுத்தவரை பெரும் பாவம். ஆனால், பாதிரிமார்கள் நடத்துகிற அந்தப் பள்ளியில் அந்தப் பெரும்பாவத்தை

மாணவர்களும் ஆசிரியர்களும் சேர்ந்து செய்து கொண்டிருந்தார்கள். நான் ஜார்ஜ் ஆண்டனியின் புண்ணியத்தால் அதிலிருந்து தப்பித்தேன். இல்லாவிட்டால் அதற்கும் சேர்த்து இப்போது இந்தக் கதையை உங்களிடம் சொல்லிக் கொண்டிருக்கும்போது ஒப்பாரி வைத்திருப்பேன். இருக்கிற குடைச்சல்கள் போதாதென்று அதுவும் என் மூளைக்குள் அந்தப் பூச்சிகளைப்போல் ஊர்ந்து கொண்டிருந்திருக்கும்.

அதற்கடுத்து நான் சிறுநீர் கழிக்கப் போனால்கூட அவன் போகும்போது பின்னாலேயே போவேன். அவன் ஒதுங்கி, என்னை முன்னால் விட்டுப் பின்னால் வருவான். அவனுக்கு அப்போதிருந்தே செடிகள் மீது ஆர்வம். தேயிலையில் இருந்து எண்ணெய் எடுக்கலாம் என்று ஒரு வாத்தியாரிடம் சொல்லியிருக்கிறான். அப்படிச் சொன்னபோது ஐந்தாம் வகுப்பு படித்துக் கொண்டிருந்திருக்கிறான். தேயிலையைத் தாக்கும் ரெட் மைட் என ஒரு வண்டு இருக்கிறது. அது தென்னாப்பிரிக்காவில் துவங்கி எப்படியோ தமிழக தேயிலைக் காடுகளில் நுழைந்துவிட்டது. அது விரைவில் சமதளத்தில் இருக்கிற செடிகள் மீதும் தாக்கலாம் என சொல்வான். எனக்கு ஒன்றும் புரியாது. நான் கருவேல முட்கள் அடர்ந்த கந்தக பூமியில் இருந்து வந்திருப்பவன். எங்களூரிலும் விவசாயம் உண்டு. கடலை போடு வார்கள். அதலைக்காய் போடுவார்கள். அதலைக்காய் சாப்பிட்டு இருக்கிறீர்களா? பாவற்காய் மாதிரியே சின்ன சைஸ் சயனைட் குப்பிகளைப்போல இருக்கும். என் அப்பாவுக்கு அது என்றால் உயிர். அப்பாவுக்குத் திவசம் கொடுக்கிற நாளில் மட்டும் அம்மா மறக்காமல் பருப்புக் குழம்போடு சேர்த்து அதைச் சமைக்கும்.

பறித்த ஒரு நாளைக்குள் பொரித்துச் சாப்பிட்டு விடவேண்டும். மறுநாள் வெடித்துவிடும். எங்கள் வீட்டுக்குப் பக்கத்தில் உள்ள முனியாண்டி சேர்வை அவருடைய நிலத்தில் அதலைக்காய் போட்டிருந்தார். கத்திரிக்காய், சிறு நெல்லி கூட போட்டிருந்தார். நான் அவருடைய மகன் கதிர்வேலுவோடு போவதுண்டு. போகும் வழியில் கண்மாயில் அரிந்து விழும் அயிர மீன்களைப் பிடித்துக் கொண்டுவந்து வெறும் எண்ணெயில் பொரித்துத் தருவான். வித்தியாசமான சுவையாக இருக்கும். அவனோடு சேர்ந்து செடிகளுக்குத் தண்ணீர் பாய்ச்சுவேன். கிணற்று பம்ப்பிலிருந்து தண்ணீர் செடிகளுக்கு வெண் நுரையுடன் பாய்ந்து போகும். அந்தக் கால்வாயில் படுத்துக்கொள்வேன். முனியாண்டி சேர்வையின் கிணற்றில் மட்டும் அப்படி ஒரு தண்ணீர். அவர் சாமியாடியாக இருப்பதால் அப்படி ஊற்றெடுப்பதாக ஊருக்குள்

பேசிக்கொண்டார்கள். அப்படி ஒரு சில இடங்களை விட்டு விட்டால், மற்றபடி எங்களூர் சுடுகாடு. கருவேலஞ் செடிகள் கொத்துக் கொத்தாகக் கிடக்கும். காய்ந்த பனை மரங்கள் ஆங்காங்கே நிற்கும். மொட்டைப் பனையில் முனி நிற்கும் என்று சொல்லி யிருப்பதால், அந்தப் பக்கமே போவதில்லை. பனை மரங்களை விட்டால், மிஞ்சிப் போனால் கொடிக்காய் மரங்கள் இருக்கும். துரட்டி கொண்டு அதைப் பறிப்பதற்கு ஆவலாய் அலைவோம். அவ்வளவுதான் எனக்கும் பசுமைக்குமான தொடர்பு. அதனால் ஜார்ஜ் ஆண்டனி சொல்வதெல்லாம் எனக்குப் புரிந்ததே இல்லை. அதென்ன ரெட் மைட் வண்டோ? சிலந்தியோ? எனக்குப் பீ உருட்டி வண்டுகளைப் பற்றி மட்டும்தான் தெரியும். அதை மட்டும்தான் பார்த்திருக்கிறேன். ஒரு தடவை டிஸ்கவரி சேனலில் உலகைச் சுத்தப்படுத்தும் உயிரினங்கள் என ஒரு டாகுமென்டரி போட்டார்கள். அதில் இந்த பீ உருட்டி வண்டிற்கு நான்காவது இடம் கொடுத்திருந்தார்கள் என நினைக்கிறேன்.

ஆனால், ஜார்ஜ் அப்படியில்லை. செடிகளின் மீது அவனுக்கு அளவு கடந்த காதல் இருந்தது. அந்த வயதிலேயே விவசாயத் துறையில் எதையாவது புதிதாகச் செய்து சாதிக்க வேண்டுமென்கிற வெறி இருந்தது. சம்பாதிக்க வேண்டுமென்கிற அடங்காத தாகமும் இருந்தது. சக மாணவர்களுக்கு லவ் லெட்டர் எழுதித் தருவான். இரண்டு ரூபாய் வாங்கிக்கொள்வான். 'என் கண்ணைப் பார்த்து அனைவரும் மஞ்சள் காமாலை என்றனர். ஆனால், எனக்கு மட்டும்தானே தெரியும்... என் கண்களில் தெரிவது உன் மஞ்சள் முகம் என்று' என்கிற மாதிரியான அவனுடைய கவிதைகளுக்குப் பள்ளியில் பயங்கரமான ரசிகர்கள் பட்டாளம் இருந்தது. கவிதைகளின் வரிகளுக்குத் தகுந்த மாதிரி பைசா வாங்கிக் கொள்வான். ப்ராகிரஸ் கார்டில் பெற்றோர் கையெழுத்து போட்டுத் தருவான். மூன்று ரூபாய் விலை. எங்கேயோ படித்த செக்ஸ் கதைகளைச் சொல்வான். அதற்குப் பிரீமியம் ரேட்டை ஆளுக்குத் தகுந்தாற்போல, வாங்கிக்கொள்வான். செக்ஸ் கதைகள் சொல்வது மட்டும் பாவமில்லையா என்று கேட்டேன் அவனிடம். ''பாவ மன்னிப்பு கொடுக்கற பாதிரியாரே ஒரு தடவை செக்ஸ் புத்தகம் வாங்கிப் போவதை பார்த்தேன்'' என்றான். அவன் சொன்ன செக்ஸ் கதைகள் சில இன்னும் ஞாபகத்தில் இருக்கின்றன. அதில் வரும் பெண்களின் விருப்பம் எல்லாமே பள்ளிப் பையன்களாகவே இருக்கும். ஒரு தடவை இப்படி செக்ஸ் கதை கேட்டுவிட்டு நண்பனொருவன் பக்கத்து வீட்டு அக்கா படியில் அமர்ந்திருக்கும் போது நைசாக பக்கத்தில் உட்கார்ந்து அவருடைய பாவாடையைத்

தூக்கியிருக்கிறான். போட்டு நெம்பி எடுத்துவிட்டார்கள். ஜார்ஜையும் கூட புரட்டி எடுத்தார்கள். ஆனால், அதற்கெல்லாம் அவன் அசரவேயில்லை. இது மாதிரியான மறைவு வியாபாரம் தாண்டி நேர்மையாகவும் சம்பாதித்தான். காலையில் பள்ளிக்கு வரும்போது இரண்டு ரூபாய் கூலியில் கார் கழுவிவிட்டு வருவான். நேரத்தைக் காசாக்கி விட வேண்டுமென்பதில் குறியாக இருப்பான். நிலங்களில் உழைத்ததற்காகக் கிடைக்கும் வெள்ளைப் பூண்டுகளைக் கொண்டுபோய் மார்க்கெட்டில் விற்பான். ஒரு தடவை நான் ஊருக்குப் போகும்போது எனக்கும் கொடுத்துவிட்டான். நான் அம்மாவிடம் அவன் இப்படியெல்லாம் வேலை பார்த்துச் சம்பாதிக்கும் விஷயத்தைச் சொன்னேன். திரும்பவும் பள்ளிக்குப் போகும்போது அவனிடம் மறக்காமல் கொடுத்து விடு என்று சொல்லி அம்மா ஒரு பொட்டலத்தை என் கையில் தந்தது. எனக்கு சஸ்பென்ஸ் தாங்கவில்லை. போகிற வழியிலேயே பிரித்துப் பார்த்தேன். கொஞ்சம் விபூதியும் ஒரு நூறு ரூபாய்த் தாளும் அதில் இருந்தது.

என்னைக் காடுகளுக்கு அழைத்துப் போவான். எனக்குக் கடலைவிட காடு பிடித்திருந்தது. திருச்செந்தூரில் கடலைப் பார்த்த பிறகு வேளாங்கண்ணியில் ஒரு தடவை பார்த்தேன். அப்புறம் சென்னையில்தான் பார்த்தேன். காட்டின் பசுமையும் குளிரும் வறண்ட பூமியில் இருந்து வந்த எனக்கு ஆச்சரியமாகத் தெரிந்தன. காட்டைப் பார்த்தால், மனதில் ஒரு அமைதி. என் பதற்றம் அடங்குவதுபோல ஒரு உணர்வு வரும். ஜார்ஜ் எனக்குச் செடிகளை யெல்லாம் பற்றிச் சொல்லிப் புரிய வைத்தான். நிலம் ஒன்றை வாங்கி, யாரும் செய்யாத வியாபார முயற்சியைச் செய்து பார்க்கவேண்டும் என்று அப்போதே சொல்லிக் கொண்டிருந்தான். அதில் லெட்யூஸ், புரோக்கோலி ஆகியவற்றைப் பயிரிடலாம் என அப்போதே சொன்னவன். அதற்காக நிறைய உழைக்க வேண்டும் என்பான். இப்போதுகூட சவால்களைத் தெரிந்து களத்தில் குதித்திருக்கிறான் என்றால், விளையும்போதே அவன் நன்றாக முளைத்ததுதான் காரணம். அவன் அம்மா மட்டும் இடையில் சாகாமல் இருந்திருந் தால் எப்போதோ அவன் வேகமாகத் தன்னுடைய இடத்தை எட்டியிருந்திருப்பான். அவன் அப்பாவை, அவரது சம்பாத்தியத்தை சின்ன வயதிலிருந்தே உதறியதாலேயே இப்போது முழங்கை ஊன்றி எழுந்து கொள்வதற்கு முயற்சி செய்து கொண்டிருக்கிறான்.

'என்னுடைய நிலத்தில் வைப்பதற்கு அருமையான பழச் செடி ஒன்றைச் சொல்கிறேன். ஆனால், என்னவென்று இப்போது

சொல்லமாட்டேன்' என்றான் அப்போதே. இப்போது யோசித்துப் பார்த்தால், அவன் பேரிச்சையைத்தான் சொல்லியிருப்பான் என தோன்றுகிறது. ஆட்கள் தொடர்பே இல்லாத மலையில் அமர்ந்து கொண்டு, கண்டங்கள் தாண்டித் தகவல்களை எப்படிச் சேர்க்கிறான் என்பதை நினைத்து எனக்கு ஆச்சர்யம். அவன் தேடுவதாலேயே அவை கண்ணுக்கும் தட்டுப்படுகின்றன போலும். என் நிலத்தில் செய்ய வேண்டியவைகள் குறித்த நம்பிக்கையில் இருக்கிறான் அவன். அதில் விவசாயம் செய்தால் மாதத்திற்கு குறைந்தது இரண்டு மூன்று இலட்சம் வரை எடுக்கிற மாதிரியான யோசனை தன்னிடம் இருப்பதாக கடைசியாய் அவனைச் சந்தித்தபோது சொல்லி யிருந்தான். என் நிலத்தின் மீதான இப்போதைய பிரச்சினையை வாய்ப்பு கிடைக்கும்போது சொல்லவேண்டும் என்று நினைத்துக் கொண்டிருந்தேன். ஆனால், சொல்ல நேரம் கிடைத்தபோது சொல்லவில்லை. சொல்வதில் ஒரு தயக்கம். அவன் என்னுடைய மாமாவை ஒரு கை பார்க்கலாம் என்று கிளம்பிவிட்டால் என்ன செய்வது? எனக்குதான் சண்டை என்றால் பயமாயிற்றே.

4

எங்களுடைய போதை உலகத்தில் பல்வேறு மட்டத்திலும் ஆட்கள் இருக்கிறார்கள். உள்ளே வந்து விட்டால், எல்.எஸ்.டி., கஞ்சா, பிரவுன் சுகர் என பல்வேறு வகைகள் இருப்பதைப்போல பல்வேறு ரக ஆட்களும் இருக்கிறார்கள். எங்களுக்குள் மதம் கிடையாது. சாதிகள் கிடையாது. தேசங்கள் கிடையாது. எந்தப் பிரிவும் எங்களுக்குள் கிடையாது ஒரு சில இடங்களில் இருக்கலாம். நெருங்கிப் போய்ப் பார்த்தால் அவர்களெல்லாம் ஆரம்ப நிலை கத்துக் குட்டிகளாக இருப்பார்கள். உண்மையான போதையை ருசித்தவன் கடவுளாக இருப்பான். அது ஒரு வகையான மோன நிலை. இந்த நிலையில் சத்தங்கள் சகிக்காதது. கார் ஓட்டும்போது யாராவது ஹார்ன் அடித்தால் கூட அந்த அமைதியைக் கிழித்து மூளைக்குள் ஒரு மின்னல் வெட்டும். நெஞ்செல்லாம் ஒரு சூடு பரவும். மற்றவர்களுக்கு எப்படியோ எனக்கு அப்படிதான். போதை பழக்கமாவதற்கு முன் சின்ன வயதில் இருந்தே அப்படிதான் தனிமையானவனாக இருந்திருக்கிறேன். என்னுடைய இயல்பே அதுதான். இந்தப் பழக்கத்தால் நாளடைவில் மந்தமாகப் போய்விட்டேன் என்பது எனக்கே புரிகிறது.

சாதி மத பேதங்களைப் பற்றிச் சொல்லிக் கொண்டிருந்தேன். அதில் அதிகாரத்தை விட்டுவிட்டேன். எங்கள் ஜாயிண்டில் கனகரத்தினம் என்றொரு நண்பனும் இருக்கிறான். எங்கள் உலகத்தில் இருந்தவன் தான். திடீரென ஆவேசமாகி வெளியேறினான். அவனைப் பற்றி ஒரு சம்பவம் சொல்கிறேன் கேளுங்கள். அவனது பெண் தோழியுடன் முதன்முறையாக ஒரு ரிசார்ட்டுக்குப் போயிருக்கிறான். கிட்டதட்ட

ஆறு மாத காலக் காத்திருப்பிற்குப் பிறகு அந்த வாய்ப்பு அவனுக்கு அமைந்திருக்கிறது. முதல் கட்ட முயற்சிகள் முடிந்த பிறகு அந்தப் பெண் இவனது பேன்ட்டைக் கழற்றச் சொல்லியிருக்கிறாள். இவன் கழற்றும்போது ஜட்டி போடாமல் இருந்ததை அந்தப் பெண் பார்த்துவிட்டாள். எப்போதுமே நீ ஜட்டி போடுவதில்லையா என்று அந்தப் பெண் கேட்டிருக்கிறாள். இவன் ஆமாம் என்று சொல்லி யிருக்கிறான். அந்தப் பெண்ணுக்கு அது பிடிக்கவில்லை. நீயெல்லாம் ஒரு ஆம்பிளையா என முகத்தில் அடித்தாற்போல சொல்லிவிட்டு இன்னொரு காரைப் பிடித்து வீடு வந்து சேர்ந்துவிட்டாளாம். ஜட்டி போடாததெல்லாம் ஒரு குறையா? ஏனோ அந்தப் பெண்ணுக்கு அந்தப் பழக்கம் பிடிக்காமல் போய் விட்டது. ஆனால், எங்கள் குழுவில் அந்தப் பழக்கம் சகஜம். இந்தக் குழுவில் எல்லோரும் கிட்டதட்ட ஜீன்ஸ் அணிகிறவர்கள். ஏனோ நாங்கள் ஜட்டி அணிவதை விரும்புவதில்லை. யார் இந்த வழக்கத்தைத் துவக்கி வைத்தார்கள் என்று தெரியவில்லை. ஆனால், வாழையடி வாழையாக அதைத் தொடர்கிறோம். கனகரத்தினம் இப்போது ஜட்டி போட்டே ஆக வேண்டியவனாக மாறிப் போய்விட்டான். ஐ.பி.எஸ். பாஸ் செய்தான். இப்போது ஒரு மாவட்டத்தில் ஏ.எஸ்.பி.யாக இருக்கிறான். தேர்ச்சியடைந்த தகவல் வந்த அடுத்த கணத்தில் எல்லாவற்றிலிருந்தும் மீண்டுவிட்டான். இப்போது போதையை ஊறுகாய் மாதிரி எப்படிப் பயன்படுத்துவது என்பதில் கை தேர்ந்துவிட்டான். இரவு முழுக்க மோன நிலையில் மாவட்டத்தின் புறநகர்ப் பகுதிகளில் சுற்றி வந்ததால் மக்கள் மத்தியில் பாப்புலராகிவிட்டான். இவன் போனதிலிருந்து க்ரைம் ரேட் குறைந்ததால், அவனை அங்கேயே ஆணியடித்து விட்டார்கள்.

நான் அடிக்கடி போய்ப் பார்த்துவிட்டு வருவேன். அவன் ஐ.பி.எஸ். ஆவதற்கு முன்பு நாங்கள் அடிக்காத கொட்டங்கள் இல்லை. ராஜன் அண்ணன் எப்போதும் காலைத் தூக்கி அவன் மடியில் போட்டு அமுக்கி விடுடா என்பார். ராஜன் அண்ணன் ஆட்டோ ஓட்டுகிறார். அவன் சகஜமாய் அமுக்கி விடுவான். எங்களுக்கான ஜாயின்ட்டுகளை ஸ்கோர் செய்து கொடுப்பதற்கு அண்ணனைதான் பெரும்பாலும் நம்பியிருந்தோம். அதனால் கூடுதலாய்க் கொஞ்சம் அவரை விட்டுப் பிடிப்போம். அந்த முறை போயிருந்தபோது கடலோரத்தில் எங்களுக்கு ஒரு தரமான ஹோட்டலில் அறை எடுத்துக் கொடுத்திருந்தான்.

சகலமும் ஏற்பாடு செய்து கொடுக்க அவனது காவலர்களை நியமித்திருந்தான். எனக்கு போலீஸ் என்றால் எப்போதும் பயம்.

மினிஸ்ட்டராக இருந்த என்னுடைய தாய் மாமன் நான் கல்லூரி முதலாண்டு படிக்கையில், பொய்ப் புகார் கொடுத்து ஒரு இன்ஸ்பெக்டரை விட்டு மிரட்டச் சொன்னான். அம்மா இருந்தால் நான் தைரியமாகிவிடுவேன் என்பதால் அவளை விட்டுவிட்டார்கள். என்னை மட்டும் அறையில் அமர்த்தி வைத்துத் துப்பாக்கியை எல்லாம் காட்டி மிரட்டினான் அந்த இன்ஸ்பெக்டர். நான் கால்கள் நடுங்க அமர்ந்திருந்தேன். பூட்ஸ் காலால் நாற்காலிக்குக் கீழே இருந்த என்னுடைய காலில் இருந்த பெருவிரலை நசுக்கினான். அதிலிருந்து காவலர்கள் என்றால் எனக்குப் பயம்.

ஆனால், கனகு ஏற்பாடு செய்து தந்திருந்த காவலர்கள் கூழைக் கும்பிடு போட்டார்கள். ''அண்ணே, காபி குடிக்கிறீங்களாண்ணே'' என்றால், ''நீங்க சாப்பிட்டப்புறம் உங்க அடிமை சாப்பிடறேன் சார்'' என்பார். நான் மெல்ல மெல்ல சகஜமானேன். இரவில் கனகு வந்திருந்தான். நாங்கள் லயித்திருந்தபோது, ராஜன் அண்ணன் வழக்கம்போல கால்களைத் தூக்கி அவன் மடியில் போட்டார். நான் பதறிவிட்டேன். அவர்களிருவரும் பதறவில்லை. அவன் வழக்கம் போல கால்களைப் பிடித்து விட்டுக் கொண்டிருந்தான். அப்போது தான் எனக்குப் புரிந்தது. நான்தான் இந்த உலகத்தின் கத்துக் குட்டி. எந்த நேரம் வேண்டுமானாலும் வெளியே போய்விடுவேன் என்கிற இடத்தில்தான் நின்று கொண்டிருக்கிறேன். கனகுவைப் பார்த்தேன். எனக்கு நம்பிக்கையாக இருந்தது. அந்தக் காலகட்டத்தில் எனக்கு செக்ஸ் உணர்வு சுத்தமாக இல்லாமல் இருந்தது. ஆனால், அதை உடைக்க வேண்டுமென அப்போது தோன்றியது.

தயங்கித் தயங்கிக் கேட்க முனைந்தபோது கனகரத்தினம் புரிந்து கொண்டான். போ, என்ஜாய் சீனியர் என என் தோள் தட்டிச் சொல்லவிட்டுப் போனான். நான் ராஜன் அண்ணனை இன்னொரு அறைக்குப் போகச் சொன்னேன். அஸ்ஸாம் பெண்ணொருத்தியை அவசரத்திற்குக் கொண்டுவந்து விட்டுவிட்டுப் போனார்கள். ஏ.எஸ்.பி. என்பதால் நான் இன்னொரு தரத்தில் எதிர்பார்த்தேன். சின்னப் பெண்ணாக இருந்தாள். உன் வயதென்ன என்று கேட்ட போது 27 என்றாள். என் நெஞ்சு உயரம்தான் இருந்தாள். எங்களூரில் அப்படிதான் என்று சைகையில் சொன்னாள். அது சுற்றுலாத் தலம் என்பதால் நிறைய பேர் அப்படிக் கிளம்பி வந்திருக்கிறார்கள். அப்படி அவர்கள் ஊரில் இருந்து வந்த பையன் ஒருத்தனைக் காதலிக் கிறாளாம். அந்தப் பையன் ஹோட்டல் ஒன்றில் வேலை பார்க் கிறான். இவள் இந்தத் தொழிலில் இருப்பது அவனுக்கும் தெரியுமாம். இங்க வந்துதான் பழக்கம் என அவள் சொன்னபோது

அவள் முகம் சிவந்தது. வசந்தத்தின் வாயிலிலும் வீணை மீட்டி வரும் வசந்தம் அது. ஒரு நாளைக்கு இவளை வைத்து பத்தாயிரம் ரூபாய் சம்பாதித்தாலும் இவளுக்குக் கொடுப்பதென்னவோ ஆயிரம் ரூபாய்தான். அதற்கே பல இடங்களில் அவள் மூன்று ஷிஃப்ட் பார்க்கவேண்டும் என்றாள். புரோக்கர்கள் இவளைச் சின்னப் பெண் என்று சொல்லி சில நேரங்களில் கை மாற்றிவிடுவார்களாம். உண்மை தெரிந்த கஸ்டமர்கள் அவளை அடிக்கவும் செய்திருக்கிறார்கள் என்றாள். ஊரில் உள்ள வீட்டை எடுத்துக் கட்டவேண்டும் என்கிற திட்டம் வைத்திருக்கிறாள். அவளுடைய குடும்பத்தில் அண்ணன் தம்பியென உடன்பிறந்தவர்கள் யாரும் இல்லை என்பதால் இவள் கிளம்பி வந்திருக்கிறாள். அவளது உடைந்த மொபைலில் இருந்த குடும்ப ஃபோட்டோவைக் காட்டினாள். அந்த வீட்டைக் குடிசை என்றுகூட சொல்ல முடியாது. இன்னும் இரண்டு வருடம் கடுமையாக உழைத்துவிட்டு, அவளும் அந்தப் பையனும் அவர்களது மாநிலத்தில் போய் செட்டிலாகிற திட்டத்தில் இருக்கிறார்கள். பையன் நல்ல பையனா என சைகையில் கேட்டேன். சூப்பர் என்று தெத்துப் பல் தெரியச் சிரித்தாள்.

நான் வலுக்கட்டாயமாக அவளுடைய கைப்பையை வாங்கித் திறந்து பார்த்தேன். வழக்கமாகப் பெண்கள் வைக்கும் சாமான்களைத் தாண்டி ஒரு தேங்காய் எண்ணெய் பாட்டிலும் இருந்தது. எதற்கு என்றேன். அவள் கால்களை விரித்துக் காட்டினாள். கிளம்பி வந்த என் காம உணர்வெல்லாம் சுத்தமாக வடிந்து போனது.

என்னால் செயல்படவே முடியவில்லை. என்னைச் சுவைத்து மேலெடுத்து வர கிட்டதட்ட ஒரு மணி நேரம் போராடினாள். படுத்துக் கொண்டிருக்கும் ஒரு பன்றியை வெள்ளை நிறக் கோழிக் குஞ்சு ஒன்று தட்டி எழுப்புவதைப்போல தோன்றியது. எனக்குப் பாவமாகப் போய்விட்டது. 'இஷ்டம் இல்லே' என அதைத் தொட்டுச் சுட்டிக்காட்டிச் சொல்லிவிட்டு குழந்தை மாதிரி என் மார்பில் ஏறிப் படுத்துக் கொண்டாள். அவள் கனமே இல்லாமல் இருந்தாள். என்னால் முடியவில்லையென வெளிப்படையாகச் சொன்னேன். அவள் என்னுடைய நெற்றி முடியைக் கோதிவிட்டாள். என் உடல் முழுவதும் மசாஜ் செய்துவிட ஆரம்பித்தாள். நான் எப்போது தூங்கினேன் என்று தெரியவில்லை.

மறுநாள் காலை, கனகரத்தினம் அவனது அலுவலகத்திற்கு ஆள் விட்டு அழைத்திருந்தான். நான் அந்த அறைக்குள் நுழைந்தபோது ஆளே மாறிப்போய் இருந்தான். கண்களால் ஜாடை செய்து அமரச்

சொன்னான். எனக்கு வித்தியாசமாக இருந்தது. அந்த அசைவில் மெல்லிய மிரட்டல்கூட தெரிந்தது. பேச ஆரம்பிக்கும் முன்னர் கைகளில் போட்டிருந்த அந்த வளையத்தைத் தூக்கி முறுக்கி விட்டான். தம்பி, முந்தின நாள் இங்கிருந்து போன பிறகு ஏதோ தமிழ் போலீஸ் படம் பார்த்திருப்பான் போல!

''நேற்று நீங்கள் இருவரும் புண்பட்டு விடுவீர்கள் என்பதால் கடுமையாக நடந்து கொள்ளவில்லை. நீங்கள் இன்னொரு உலகத்தில் வாழ்வதற்கே லாயக்கற்றவர்களாக மாறிக் கொண்டிருக் கிறீர்கள். விருந்தினராக வந்திருக்கிறீர்கள் என்பதால் பொறுமையாக இருந்தேன்'' என்றான்.

''எனக்கு உறைத்தது. உடனடியாக கண்டிக்க வேண்டும் என்று நினைத்தேன். நீங்கள் சகஜமாக இருக்கிறீர்கள் என்று நினைத்து விட்டேன்'' என்றேன்.

''அப்படியானால் உறைக்காத ஆட்களுடன் சுற்றி வாழ்க்கையை இழந்துவிடாதே. நான் இப்போது கூட அவ்வப்போது பயன்படுத்து கிறேன். ஆனால், அதை என் கண்ணசைவில் வைத்திருக்கிறேன். அதிலும் இருந்தவன் என்கிற முறையில் சொல்கிறேன். அது உண்மையான போதை இல்லை. உன் உண்மையான போதை எது என்பதை நீயே கண்டுபிடி'' என்றான். நான் அமைதியாக அவனையே பார்த்தேன். கனகு, பழைய கனகு பேசிக் கொண்டிருந்தான். நொடியில் அதிகாரத்தில் இருந்து இறங்கி வந்தான். நான் அந்த இடத்தில் இருந்திருந்தால் இறங்கி வந்திருக்கவே மாட்டேன். பல்வேறு உலகங்களை ஒரே நேரத்தில் அவன் கையாளத் தெரிந்து கொண்டுவிட்டான். எனக்குத் தெரியவில்லை. அதுதான் என் பிரச்சினை. கார் ஏற்பாடு செய்து தருகிறேன் என்று சொன்னவனிடம் வேண்டாம் என்று மறுத்துவிட்டேன்.

கொஞ்சம் பணத்தை எடுத்து என்னுடைய பையின் ஜிப்பைத் திறந்து வைத்தான். நான் மறுக்க மாட்டேன் என்பது அவனுக்கும் தெரியும். பொலீராவை எடுத்துக்கொண்டு அவனே பேருந்து நிலையத்திற்கு வந்தான். ராஜன் அண்ணன் கையில் தனியாக ஐந்தாயிரம் ரூபாயைத் திணித்தான். அண்ணனும் தவறை உணர்ந்திருந்தார் போல. அவர் நின்ற விதத்திலேயே அது தெரிந்தது. அண்ணன் ஒரு மாதிரியாய்க் குனிந்து நின்றபோது அவருடைய தொளதொளவென்ற சட்டை முட்டுக்குக் கீழ் தொங்கியது. பேருந்தில் பொறுப்பாய் ஏற்றி விட்டான். ஒரு காவல் துறை உயரதிகாரி எங்களைப் பேருந்தில் ஏற்றிவிட்ட காட்சியை அங்கு இருந்தவர்கள் வினோதமாகப்

பார்த்தார்கள். கிளம்பும்போது ''வெல்கம் பேக் சீனியர்'' என என் கையைப் பற்றி இறைஞ்சிக் கேட்டான். நிச்சயமாகச் சொல்கிறேன். இறைஞ்சித்தான் கேட்டான். சொல்லிக்காட்டக் கூடாது என்றாலும் சொல்கிறேன். ஆமாம், அவனுக்குச் சோறு போட்டிருக்கிறேன். ஐ.பி.எஸ். படிக்கக் காசு அவ்வப்போது கொடுத்திருக்கிறேன். செஞ்சோற்றுக் கடன் தீர்க்க முயற்சிக்கிறான். அவ்வளவுதான். அதற்கு மேல் இதில் தலையில் தூக்கி வைத்துக்கொண்டு கொண்டாடும் படியான விஷயம் ஏதுமில்லை.

5

எந்தப் பிரச்சினையுமில்லை நான் பணிபுரிந்த அலுவலகத்தில். எனக்குதான் அங்கு யாரிடமும் பேசுவதற்குத் தயக்கமாக இருந்தது. என்னை சகஜமானவனாக ஆக்க எல்லோரும் முயற்சி செய்வார்கள். நான் எல்லோரிடமும் எரிந்து விழுந்து கொண்டிருந்தேன். நன்றாக வேலை பார்க்கிறேன் என்கிற ஒரே காரணத்திற்காக விட்டு வைத்திருந்தார்கள். பிரசன்டேஷன் கொடுக்கச் சொன்னால் கால்கள் நடுங்கும். குறிப்பிட்ட நாளன்று சொல்லாமலேயே விடுமுறை எடுத்துவிடுவேன். என்னுடைய உயரதிகாரியிடம் முகம் கொடுத்துப் பேசமாட்டேன். அலுவலகம் சம்பந்தமான உரையாடல்களைக்கூட நிகழ்த்த மாட்டேன். 'உங்களுக்கு என்ன வேண்டும் என்கிற ஐடியாவை மெயிலில் அனுப்பிவிடுங்கள். வேலையை முடித்துத் தந்துவிடுகிறேன்' என்பேன். ஆனால், என் வேலையில் நான் கில்லி. அதற்காக நான் செய்வதையெல்லாம் பொறுத்துக் கொண்டார்கள். என் வேலையின் சுதந்திரமே, அடிக்கடி விடுமுறை எடுத்துக் கொள்ளலாம் என்பதுதான். வித்தியாசமான எண்ணங்களில், வடிவங்களில் பொம்மைகளை வரைந்து தரவேண்டும் - ஒரு பெரிய அளவு லோகோ மாதிரி. வெளியில் வைத்துக் கூட வரைந்து மெயிலிலேயே அனுப்பலாம். அதனாலேயே என்னுடைய போதை உலகத்தில் இயல்பாய் இயங்க முடிந்தது. எப்போதாவது அலுவலகத்துக்குப் போகும்போது மட்டும் நடமாடுகிற அளவுக்குப் புகைத்துக்கொள்வேன். கண்கள் மேலே சொருகியபடிதான் நடப்பேன். இது எல்லோருக்கும் தெரியும் என்பதால் என்னைப் பரிதாபமாகப் பார்ப்பார்கள். என்னுடைய மேலாளர் ஒரு தடவை

அழைத்து அறிவுரை சொல்ல ஆரம்பித்தார். ''நான் பரிதாபகரமான நிலையில் ஒன்றும் இல்லை. அடுத்த வரி நீங்கள் பேசினால் நான் ராஜினாமா செய்துவிட்டுப் போய்விடுவேன்'' என்று சொன்னதும் அமைதியாகி விட்டார்.

எங்கள் குழுவில் இல்லாத போதை இல்லை. அது ஒரு தனியான நிறங்கள் அடங்கிய உலகம். உலகத்தில் கறுப்பு-வெள்ளை என்று மட்டும் இல்லை. இந்த இரண்டு நிறங்களுக்கு நடுவே ஏராளமான நிறங்கள் இருக்கின்றன. அந்த நிறங்கள் அடங்கியது எங்கள் உலகம். இங்கேயும் கயவாலித்தனம் இருக்கத்தான் செய்கிறது. அதைப் பற்றி விலாவாரியாகச் சொல்லி உங்களிடம் போட்டுக் கொடுக்க விரும்ப வில்லை. கண்ணாடி வீட்டிற்குள் நின்றுகொண்டு கல்லெறியக் கூடாது இல்லையா? ஒரு வேளை அங்கேயே நிரந்தரமாகத் தங்கவேண்டிய தேவை வந்துவிட்டால் எந்த முகத்தைத் தூக்கிக்கொண்டு போவது? ஆகவே உங்களுக்குத் தேவையில்லாத விஷயங்கள் குறித்துச் சொல்ல வேண்டிய அவசியம் இல்லையென்று நினைக்கிறேன். தவிர நீங்கள் ஒன்றும் குப்பைத் தொட்டியல்ல. தேவை இல்லாதவைகளை எல்லாம் உங்களிடம் கொட்டுவதற்கு.

பாலசுப்பிரமணியன் என்று ஒருவன் இருந்தான். கோகெய்ன், கேட்டமைன், மார்பைன் என எதையும் விட்டு வைக்கமாட்டான். கோகெய்ன் ஊசியைக் கண் இமைகளில் குத்திக் கொள்வான் என்றால் பார்த்துக் கொள்ளுங்கள். ஒரு முறை அவனிடம் நீ எப்படி இங்கு வந்து சேர்ந்தாய் என்றேன். ''இதற்குப் பின்னால் எல்லோருக்குமே ஒரு எமோஷனல் காரணம் இருக்கிறது, பாஸ். ஏன் உனக்கில்லையா? நான் மட்டும் விதிவிலக்கா என்ன?'' என்றான். அதற்கடுத்து அவனிடம் ஒரு வார்த்தை கூட பேசவில்லை. அவன் ஒரு விளம்பரப் படக் கம்பெனியின் முதலாளி. அவன் ஆரம்பத்தில் குடிக்கு அடிமையாக இருந்ததாகச் சொன்னார்கள். அந்தக் காலகட்டத்தில் அவன் வீட்டிற்குள் முடங்கிக் கிடக்கும்போது அவனுடைய அம்மா ஒயின் ஷாப்புகளுக்குப் போய் வேறு வழியில்லாமல் அழுதுகொண்டே அவனுக்குச் சரக்கு வாங்கிக் கொண்டு வருவார்கள் என்று கேள்விப்பட்டிருக்கிறேன். அவன் என்னோடு பெரிய அளவுக்கு நெருங்கியதில்லை. பட்டும் படாமலும்தான் பேசிக் கொள்வான். ஒரு முறை இமைகளில் குத்திக் கொள்ளும்போது என்னுடைய உதவியைக் கேட்டான். நான் என் கைகள் நடுங்குகின்றன என்று சொல்லி உதவி செய்ய மறுத்து விட்டேன். இமைகளில் குத்துவதுதான் உச்சகட்ட நிலை, இனி அவனை மீட்டெடுக்க முடியாது.

நான் நினைத்த மாதிரியே அதற்கடுத்த சில மாதங்களில் அவன் இறந்து போய்விட்டதாகச் சொன்னார்கள். நாங்கள் போனோம். என்னுடைய நண்பன் அப்போது, ''அடிக்கடி சாவு வீட்டிற்குப் போய் வந்தால் பயம் போய்விடும். அது ஒரு பயிற்சி அவ்வளவுதான்'' என்று சொல்லி வலுக்கட்டாயமாக என்னை அழைத்துப் போனான். என் கால்கள் நடுங்கியபடிதான் அங்கே நின்றிருந்தேன். அவனது சாவு வீட்டிற்கு இந்தியாவில் உள்ள அத்தனை வகை கார்களும் வந்திருந்தன. அவனை எப்போதும் நான் சோர்வாகதான் பார்த்திருந்தேன். ஆனால், அன்றைக்கு அவனைக் கண்ணாடிப் பெட்டிக்குள் கிடத்தி வைத்திருந்தபோது முகத்தைத் தூரத்தில் இருந்து தயக்கத்துடன் பார்த்தேன். அவனது நெற்றியில் திருநீறால் பட்டை போட்டிருந்தார்கள். துலக்கமாக இருந்தது. பிரகாசமாக இருந்தது. இனி எதையும் விரட்டி ஓடவேண்டிய தேவை எதுவும் இருக்காது என்கிற ஆசுவாசம். அவன் விடுபட்டு விட்டான்.

அவனுக்குத் திருமணம் ஆகியிருந்தது. அவனுடைய மூன்று வயதுப் பெண் குழந்தை விவரம் தெரியாமல் அவனை வைத்திருந்த அந்தக் கண்ணாடிப் பேழையைக் கையால் தட்டி விளையாடிக் கொண்டிருந்தது. அவனுடைய மனைவி கேரளாவைச் சேர்ந்த பெண்போல தெரிந்தார். அவர் எங்களையெல்லாம் நிமிர்ந்து உற்றுப் பார்த்தார். 'என்னுடைய கணவனைக் கொன்றுவிட்டு எந்த முகத்தோடு இங்கு வந்து நிற்கிறீர்கள். ஒரு நாள் உங்களுக்கும் இந்த நிலை வரும்' என அவருடைய பார்வை சொல்வதுபோல தோன்றியது. அங்கே நிற்கப் பிடிக்கவில்லை. மற்றவர்கள் அந்தப் பார்வையைப் பார்த்தார்களா என்று தெரியவில்லை. நான் அவனது பிணத்தைப் பார்ப்பதைத் தவிர்ப்பதற்காக வேறு வேறு காட்சிகளைப் பார்த்துக் கொண்டிருந்தேன். அப்படிதான் அந்தப் பார்வையையும் சந்தித்தேன். அப்படியே மற்றவர்கள் அந்தப் பார்வையைச் சந்தித்தாலும் எனக்குத் தோன்றியதுபோல அவர்களுக்கும் தோன்றும் என்பதற்கு என்ன உத்தரவாதம்?

இப்படிதான் இந்த உலகத்திற்கு வந்துவிட்டால் விடுபடவே முடியாது. எத்தனை பேரைக் கொன்று தின்றாலும் அதன் வயிறு செரித்துவிடும். இன்னும் இன்னும் என பசி கொண்டலையும் விநோத மிருகம் அது. ஆனால், விரும்பியா எல்லோரும் இங்கே இருக்கிறார்கள் என்று தோன்றியது. அதே சமயம் எனக்கு மட்டும்தான் இப்படித் தோன்றுகிறதோ என்கிற குழப்பம் வந்து போனது. மிகப் பெரிய ராட்சத நம்பிக்கையின் கையொன்று உங்களை இழுத்து வெளியே போட்டால்தான் உண்டு. இதில்

ஆண்களுக்குச் சரிபாதியாய் பெண்களும் இருக்கிறார்கள். டெய்ஸியையே உதாரணமாக எடுத்துக் கொள்ளுங்களேன். இதில் உழலும் பெண்களில் 99 சதவிகிதம் பேர் மேட்டுக் குடியினர். பேரழகிகளாக இருப்பார்கள். அதற்காக வறுமையில் இருக்கிற பெண்களையெல்லாம் தவறாகச் சொல்லவில்லை. பதவிசான உலகத்தில் இருந்து வந்தவர்கள் என்பதற்காகச் சொன்னேன். வெய்யில் படாமல் வளர்ந்திருப்பார்கள். இங்கு வந்த பிறகு காடு மலையெல்லாம் சுற்றுவார்கள். அதற்காகதான் இங்கு வருகிறார்கள் போல.

எனக்கு ஆண்களோடு இணைந்து போதையடிப்பதைவிட பெண் களுடன் அடிப்பதுதான் அதிகமும் பிடிக்கும். அவர்களுக்கும் பிடிக்கும். அவர்களைப் போலவே பதவிசாக நடந்து கொள்வேன். டெய்ஸியிடம் மட்டும்தான் அத்துமீறியிருக்கிறேன். அதில் அவளுக்கும் பங்கிருக்கிறதே? ஆண்களுடன் போதையடித்தால், எப்போதும் அலுவலகம் பற்றியே பேசுவார்கள். அடுத்தவனைக் குறை கூறிக்கொண்டே இருப்பார்கள். ஆனால், பெண்கள் அப்படிப் பேசுவதில்லை. அறிவார்த்தமாகப் பேச விரும்புவார்கள். இந்த உலகத்திடம் சவால் விட்டுப் பேசுவார்கள். கொந்தளிப்பில் இருப்பார்கள். இதை அணைக்கப் போகிறேன் என்று கிளம்பிப் போய்தான், ஆளையே அணைத்துக் கொள்வதெல்லாம் நடக்கிறது. டெய்ஸி இந்த விஷயத்தில் தெளிவானவள். அவள் செய்வதை யெல்லாம் தெரிந்தேதான் செய்கிறாள். அவளது மாமா பையனைத் தவிர்த்து இது வரை எவரிடமும் செக்ஸ் உறவு வைத்துக் கொள்ள வில்லை என ஒரு முறை அழுத்தம் திருத்தமாகச் சொன்னாள். அவள் இது மாதிரியான விஷயங்களில் பொய் சொல்ல மாட்டாள். ஆனால், எங்கள் குழுவில் எல்லோருடனும் செக்ஸ் வைத்துக்கொள்கிற பெண்களும் உண்டு. எனக்குதான் அவர்களைப் பார்த்தால் செக்ஸ் உணர்வு வரவில்லை. அவர்கள் எல்லோரும் என் தோழிகளாகத் தற்செயலாகவே அமைந்துவிட்டனர்.

சங்கீதா என ஒரு பெண் இருந்தாள். ரேடியோ ஒன்றில் ஜாக்கியாக இருந்தாள். அவளுக்கு அயர்லாந்தில் போய் செட்டிலாகிவிட வேண்டுமென்பது கனவு. அதற்கான தயாரிப்புகளிலும் இருந்தாள். இரவை முழுக்கக் கொண்டாடுவாள். என்னைக் கட்டிப் பிடித்தெல்லாம் ஆடுவாள். இருவருமே கோட்டைத் தாண்டிய தில்லை. அப்படி ஆடும் சமயத்தில் கோடு என்றால் என்னவென்றே தெரியாது என்றுகூட சொல்லலாம். எனக்கு விதம் விதமான ஸ்வீட்களை வாங்கிக்கொண்டு வருவாள். நான் தின்று முடிக்க

முடிக்க அவள் எடுத்துக் கொடுத்துக்கொண்டே இருப்பாள். அவளது குடும்பத்தைப் பற்றிப் பல தடவை கேட்டிருக்கிறேன். சொல்ல முடியாது என முகத்திற்கு நேராகவே சொல்லிவிட்டாள். அவளது நிகழ்ச்சிக்குப் பல ரசிகர்கள் இருக்கிறார்கள். அவளது குரலில் ஒரு துள்ளல் இருக்கும். நெஞ்சின் அடியாழத்திலிருந்து கசிந்துருகிப் பேசுவாள். அவளது குரலைக் கேட்டதாலேயே அவளைத் திருமணம் செய்துகொள்ளும் அளவுக்கு ரசிகர்கள் இருந்தார்கள். ஆனால், அந்த போதை அவளுக்குப் பிடிக்கவில்லை. அது குறித்த கதைகளை அசிரத்தையுடனேயே சொல்வாள். ஏன் உனக்குப் புகழ் பிடிக்கவில்லையா என்று ஒரு தடவை கேட்டேன். ''முதல் தடவை கேட்கும்போது வானத்தில் பறக்கற மாதிரி இருக்கும். அடுத்தடுத்து கேட்கும்போது என்ன பல் துலக்கினாயா என்கிற கேள்வியைப் போல சாதாரணமாக மாறிவிடும்'' என மிக எளிமையாக என்னுடைய கேள்வியைக் கடந்து போனாள். இவளெல்லாம் புத்தருக்கு வாக்கப்பட்டுப் போயிருக்க வேண்டியவள் என்று நினைத்துக்கொண்டேன்.

ஆனால், அந்த வேலையை அவள் உற்சாகமாகச் செய்தாள். நானே கூட அவளுக்கு அந்த நிகழ்ச்சியில் சொல்வதற்குப் பல குட்டிக் கதைகளைச் சொல்லியிருக்கிறேன். நான் சொன்ன ஒரு கதை அவளுக்கு ரொம்பப் பிடிக்கும். அந்தக் கதையை என்னுடைய அப்பா எனக்குச் சொன்னார். ஒரு துறவி ஒருவர் காட்டு வழியாக நடந்து போய்க் கொண்டிருந்திருக்கிறார். அப்போது குளத்துத் தண்ணீரில் தேள் ஒன்று விழுந்து தத்தளித்துக் கொண்டிருந்திருக்கிறது. துறவி அதைத் தூக்கித் தரையில் விட முயற்சிக்கும்போது அது கொடுக்கால் கொட்டியிருக்கிறது. கீழே விட்டுவிட்டார். மீண்டும் தூக்கியிருக் கிறார். மீண்டும் கொட்டிவிட்டது. இப்படிப் பல தடவை நடந்திருக் கிறது. அந்த வழியாக வந்த கிராமத்தான் துறவியிடம், ''ஏன் சாமி, அதுதான் கொட்டுதுன்னு தெரியுதுல்ல. அப்பறம் எதுக்கு அந்தச் சனியன தூக்கிக்கிட்டு இருக்கீங்க?'' என்றாராம். ''தேளின் குணம் கொட்டுவது. மனிதனின் குணம் காப்பாற்றுவது'' என அந்தக் கிராமத்தானுக்குப் பதில் சொன்னாராம் துறவி. இந்தக் கதையை அவள் ரேடியோவில் சொன்னபோது, அவளது ரசிகர்கள் கொண்டாடித் தீர்த்துவிட்டார்கள். அதை அவள் சொன்னபோது நான் அப்பாவை நினைத்துக்கொண்டேன். அவர் பேசாமல் தேளாகவே இருந்திருக்கலாம். குறைந்தபட்சம் எங்களுடனாவது இருந்திருப்பார்.

எல்லோரையும் இப்படிக் குட்டிக் கதைகள் சொல்லி, காதல் உணர்வைத் தூண்டும்படியான வேறு பல கதைகள் சொல்லித் தூங்க

வைத்த அவள் தூங்காமல் இருந்ததால் கடுமையான வயிற்று வலி. மருத்துவமனையில் சேர்த்தார்கள். பாத்ரூம் போகும்போது மறைத்து வைத்திருந்த பிளேடால் கழுத்தை அறுத்துத் தற்கொலை செய்து கொண்டாள். நான் அவள் சாவுக்குப் போகவில்லை. எல்லோரும் அழைத்தும் போக விரும்பவில்லை. என் மடியில் தலை சாய்த்துப் படுத்துக்கொண்டு எனக்கு விளையாட்டாய் அவள் ஸ்வீட் ஊட்டிவிட்ட காட்சியை மனதில் இருத்திக்கொண்டேன். அவள் செத்துப் போய்ப் படுத்துக் கொண்டிருக்கிற காட்சியைப் பதிவு செய்துகொள்ள விரும்பவில்லை. உங்களிடம் இந்தக் கதையைச் சொல்லிக் கொண்டிருக்கும்போது கூட அவள் சிரித்தபடி என் மடியில் படுத்துக் கிடந்த காட்சிதான் வருகிறது. அதே சமயம் அவளது சாவுக்குப் பிறகு எனக்கு சாவு பயம் அதிகமாக வந்துவிட்டது. மற்றவர்களின் சாவை விட இவளது சாவு என்னைக் கடுமையாகப் பாதித்தது. முழு செக்கப் எடுத்துப் பார்க்கவும் பயமாக இருந்தது. என் சாவு இயற்கை சாவா, செயற்கை சாவா என்கிற குழப்பம்கூட வந்தது. என் மாமா என்னைக் கொன்றால் செயற்கை. போதை என்னைக் கொன்றால் இயற்கையா, செயற்கையா? அதற்கான உறுதியான பதில் கிடைத்துவிட்டால் உடனடியாக இதிலிருந்து விலகிவிடுவேன்.

௬

பொதுவாக நான் கோயிலுக்குப் போகிற ஆள் இல்லை. என் ஞாபகத்தில் ஒரு நாலைந்து கோயில் அனுபவங்கள்தான் சுழன்றடிக் கின்றன. என்னுடைய அம்மா வழி ஆச்சியின் அம்மா வழிக் குல தெய்வம் வேடன் வேடத்தி. சாத்தூருக்குப் பக்கத்தில் உள்ள இலந்த குளம் என்கிற ஊரில் இருக்கிறது. யானை மேல் அய்யனார் கோயில் என்பார்கள் அதை. ஆனால், கெடா வெட்டு வைபவம் சிறப்பாக நடக்கும் அங்கே. துடியான கோயில் அது என்பதற்கு ஒரு கதை சொல்வார்கள். ஒரு தடவை கோயில் கொடி விழாவில் பக்கத்து ஊரில் இருந்து மூன்று சண்டியர்கள் குடித்துவிட்டு செருப்புக் காலோடு வந்து அழிச்சாட்டியம் செய்திருக்கிறார்கள். பெரியம்மா ஒருத்தியின் சேலையைப் பிடித்தெல்லாம் இழுத்தார்களாம். கோயில் வாசலில் இருந்த சூலாயுதத்தில் சாமிக்காகக் குத்தப்பட்டிருந்த கோழியை உருவி எடுத்தார்களாம். எங்கள் தரப்பு இளவட்டங்கள் துரத்தியதும் அந்தக் கோழியையும் தூக்கிக்கொண்டு ஓடிவிட்டார் களாம். ஆனால், கோயிலின் எட்டாம் பொங்கலுக்குள் ஒருவனுக்குப் பைத்தியம் பிடித்துவிட்டதாம். இன்னொருத்தன் கிணற்றில் விழுந்து செத்தானாம். இன்னொருத்தன் என்ன ஆனான் என யாருக்குமே தெரியவில்லையாம். ஆச்சி பல தடவை இந்தக் கதையை என்னிடம் சொல்லியிருக்கிறது. அதனாலேயே அய்யனார் மீது எனக்குப் பயம்.

அய்யனாருக்கு நேர் எதிராக உள்ள திண்டொன்றில், ஆச்சியின் குல தெய்வம். இரண்டு பேரும் இரண்டடி உயரத்தில் கையில் வில் அம்போடு நிற்பார்கள். அந்தச் சிலை உயரத்திற்கு நான் இருந்தபோது அந்தக் கோயிலுக்குப் போயிருக்கிறேன். ஆச்சி சொந்தக்காரர்களைக்

கும்பிடுவதைப்போல பயபக்தியோடு கும்பிடும். எனக்கும் கூட அவர்கள் சாமிகள் என்கிற உணர்வே வந்ததில்லை. ஆனால், எதிரே இருக்கிற அய்யனாரைப் பார்த்தால் மட்டும் பயம் வந்துவிடும். ஆச்சியின் கைகளைப் பிடித்துக்கொண்டு ஒடுங்கி நிற்பேன்.

சாமியை விட திடீர் திடீரென சாமி வந்து ஆடுபவர்களைப் பார்த்தால்தான் எனக்கு எப்போதும் பயம். சாதாரண ஆசாமிகளாக அவர்கள் இருக்கும் காலத்தில்கூட பக்கத்தில் போகமாட்டேன். சாமியாடி ஒருவர் ஆசையாய் எனக்குக் கொடுக்காப்புளி கொடுக்க வந்தபோது தெறித்து ஓடிவிட்டேன். அவர் வெற்றிலைக் காவி படிந்த பற்களைக் காட்டி ஆச்சியிடம் சிரித்தபடி நான் ஓடியது குறித்துச் சொன்னார். ''நவரத்தினம் பேரன் மாதிரி இல்லையே இவன். அம்மா வழி சொத்தைவிட அப்பா வழி சொத்து இவன்ட்ட ஒட்டிக்கிச்சே'' என்று அவர் ஆச்சியிடம் சொன்னதை அப்போது நான் புரிந்துகொள்ளும் நிலையில் இல்லை.

ஆச்சி சாமியாடிகளின் காலில் சாமியாடும்போது விழுந்து கும்பிட்டு விபூதி வாங்கச் சொல்லி வற்புறுத்தும். சில நேரங்களில் இழுத்துக் கூட போகும். தப்பித்து ஓடிவிடுவேன். நான் இதுவரை எந்தச் சாமியாடி பக்கமும் என்ன காரணத்திற்காகவோ நெருங்கியதே இல்லை. முதலில் பயம். அப்புறம் ஒவ்வாமை. இப்படிதான் ஒரு முறை எங்களுடைய நிலத்தில் செய்வினை இருப்பதாகச் சொல்லி அதை எடுப்பதற்காக உசிலம்பட்டியில் இருந்து சாமியாடி ஒருவர் வந்திருந்தார். என்னுடைய கை ரேகையைப் பார்த்துவிட்டு, உள்ளங்கையில் சங்கு முத்திரை இருக்கிறது. இவன் விஷ்ணு அம்சம் பொருந்தியவன் என்றெல்லாம் சொன்னார். நான் என்னுடைய உள்ளங்கையை உற்றுப் பார்த்தேன். உண்மை போலதான் தெரிந்தது. அவருக்கு அம்மா அகத்திக் கீரைப் பொரியலும் நீச்சத் தண்ணியும் தந்தது. அவருக்குப் பக்கத்துத் திண்டில் அமர்ந்து அப்பாவும் அப்படிச் சாப்பிட்டார். அப்படி அவர் சாப்பிட்டதைப் பார்த்த பிறகு எனக்கும் அகத்திக் கீரை ரொம்பவும் பிடித்துப் போனது.

ஆனால், அப்பா இறந்த அன்று ஏனோ எனக்கு அன்றைக்குச் சமைக்கப்பட்ட அகத்திக் கீரையைத் தொட மனமில்லை. இப்போதும் சந்தையில் அகத்திக் கீரையைப் பார்த்தாலே எனக்கு அப்பாவின் ஞாபகம் வந்துவிடும். அந்தச் சாமியாடி பகலில் எனக்குத் தோதானவராக இருந்தார். துர்சக்திகள் எங்களது நிலத்தில் சுற்றியலைவதாகச் சொன்னார். நிலத்தைத் தோண்டி தகடொன்றை எடுத்தவுடன் கை கால்களை வெட்டிக்கொண்டு கீழே விழுந்தார். பெரிய பானை நிறைய இருந்த மஞ்சள் தண்ணீரை ஒரே ஆளாகக்

குடித்து முடித்த பிறகும் கூட அவரது வயிறு பாம்பு வயிறைப் போலவே இருந்தது. ஆனால், இரவில் அவர் போட்ட ஓலமும் சத்தமும் எனக்குத் தோதானதாக இருக்கவில்லை. பள்ளியில் உள்ள போர்டில் சாக்பீஸால் கிறுக்கும் சத்தம் வந்தாலே எனக்குப் பல்லெல்லாம் கூசும். இதுதான் என்றில்லை. எனக்கு எல்லாமும் அமைதியாய் நடக்க வேண்டும். ஒரு சின்ன அதிர்வைக்கூட என் தரப்பிலிருந்து பிறருக்கு வழங்க மாட்டேன். எவன் காதுக்குப் பக்கத்தில் யார் சத்தம் போட்டாலும் பிடிக்காது. சத்தம் போட்டுப் பேசுபவர்களுடன் சிநேகமாகவும் இருக்க மாட்டேன். எனக்குத் தனிமைதான் எல்லாமும். அந்தத் தனிமையைத் தேடிதான் பழனி மலை அடிவாரத்திற்குப் போனேன்.

ஆனால், மேலே போய் முருகனைப் பார்க்க விருப்பம் இல்லாமல் இருந்தேன். தவிர என்னால் வின்ச்சில் தனியாகப் போகவே முடியாது. தலை சுத்தும். பின்புறம் திரும்பிப் பார்த்தால் அது மரணப் பள்ளத்தாக்குபோல இருக்கும். அப்படிக் குதிக்க முடியாது என்று தெரிந்தபோதிலும், பெருஞ் சத்தத்துடன் வெளியே குதிக்க வேண்டும்போல தோன்றும். ரயிலில் போனால்கூட திடீரென வெளியே குதிக்க வேண்டுமென எனக்குத் தோன்றும். இரண்டு முறை அப்படிக் குதிக்க வேண்டுமென மனதளவில் தயாராகி, அடுத்த கணமே அந்தச் சிந்தனைச் சங்கிலியில் இருந்து விடுபட்டேன். மீண்டும் அதே மாதிரியான கணத்தைச் சந்தித்து விடக்கூடாது என்கிற பயத்தில்தான் வின்ச்சில் போகாமல் தவிர்க்கிறேன். அப்படியானால் படியில் ஏறிப் போயிருக்கலாமே என உங்களுக்குத் தோன்றலாம். உண்மையைச் சொல்கிறேன். படியில் ஏறிப் போகும் அளவுக்கு நான் உடல் தகுதியுடன் இல்லை. என் கால்கள் நடுங்குகின்றன. கீழே விழுந்து, தவழ்ந்து, ஊர்ந்து போனால் அசிங்கம் என்பதற்காகவும் தவிர்க்கிறேன். ஆனால், போயே ஆகவேண்டும் என்கிற நிர்ப்பந்தம் இருக்கிறது. என் கையிலிருக்கும் சொத்துப் பத்திரத்தை உண்டியலில் போட வேண்டும். அந்தச் சொத்தின் மதிப்பு பதினைந்து கோடி ரூபாய்.

அதை என்னிடம் தந்தவன் இப்போது உயிரோடு இல்லை. அந்தச் சொத்தின் வாரிசுகள் கொலை செய்யப்பட்டனர். அவனது ஆத்மா சாந்தியடைய வேண்டும் என்பதற்காகதான் நான் மேலே போக வேண்டும் என நினைத்தேன். அந்தப் பத்திரம் எனக்கும் பாரமாக இருந்தது. என்னுடைய தேவைகளுக்காக அந்தப் பத்திரத்தை வைத்து இரண்டாம் நம்பர் ஆட்டங்களை ஆடிப் பார்த்திருக்கலாம். அந்த மாதிரி வேலைகளைச் செய்யும் நண்பர்களும் என்னுடைய வட்டத்தில் இருக்கிறார்கள். ஆனால், நான் அதை விரும்பவில்லை.

பழனி மலையின் மேல் ஏறிப் போகவேண்டும் என்பதற்கு இன்னொரு காரணமும் உண்டு. எனக்கு மூன்று வயதில்தான் முதல் மொட்டையே போட்டார்கள். என்னுடைய அம்மாவின் அப்பாவான என் தாத்தா பெரிய வேன் வைத்துப் பல கோயில்களுக்கும் அழைத்துப் போனார். திருப்பதியில் சுப்ரபாதம் பாடலோடு, அதிகாலை கோயில் அடிவாரத்தில் வெந்நீரில் என்னைக் குளிப் பாட்டிய ஞாபகம் இப்போதும் இருக்கிறது. எப்போது சுப்ரபாதம் கேட்டாலும் அந்தக் காரணத்திற்காகவே சிலிர்த்து விடுவேன். அப்போதெல்லாம் வெந்நீரை விற்பார்கள். காலார என்னை என்னுடைய தாத்தா கோயில் பிராகாரங்களில் அழைத்துப் போனதும், தொன்னையில் பிரசாதம் வாங்கியதும், பெருமாளைப் பார்த்துக் கொண்டிருக்கும்போது தலையில் சாவகாசமாகப் பட்டர்கள் கும்பம் வைத்து எடுத்த ஞாபகமெல்லாம் இருக்கிறது. இப்போதும்கூட பெருமாள் முகம் மங்கலாகதான் ஞாபகத்தில் இருக்கிறது. பெருமாளுக்குப் பக்கத்தில் ஒரு மான் உருவத்தைத் தொங்க விட்டதைப்போல ஒரு காட்சிகூட மனதில் பதிந்திருக்கிறது. பெருமாளின் காலடியில் ஒரு பூசாரி குட்டியாய் அமர்ந்திருந்த காட்சி தெரிந்தது. இதற்கு மேல் எதுவும் ஞாபகத்தில் இல்லை. அதற்கப் புறமும் நண்பர்களோடு போயிருக்கிறேன். ஆனால், அடிவாரத் திலேயே நான் தங்கிக் கொள்வேன். என்னால் ஒரு நாள் கூட போதையில்லாமல் இருக்க முடியாது. எட்டாம் பொங்கல் கதைக்கு அப்புறமாய் கோயிலுக்கு போதையில் போகக் கூடாதென்பது ஆழத்தில் பதிந்துவிட்டது.

ஆனால், இப்போதெல்லாம் பெருமாளைப் பார்க்க வேண்டுமென தோன்றிக்கொண்டே இருக்கிறது. ஒரு நாள் கனவில் பெரிய வானம். பெருமாள் நின்ற கோலத்தில். நான் பறந்து கொண்டிருந்தேன். அவர் வா என்பதைப்போல கரம் விரித்துக் காட்டினார். பயம் வந்ததால் கண்ணை மூடிக் கொண்டேன். அப்போதும் அவர் முகம் துலக்கமாகத் தெரியவில்லை. இப்போதும்கூட உள்ளே போய் பெருமாளைப் பார்ப்பதற்குப் பயம். அவர் வெறும் மங்கலான ஞாபகமாகவே இருந்துவிட்டுப் போகட்டும் என்கிற திமிர். ஆனால், யோசித்துப் பார்த்தால் அது உண்மையில்லை என்று தோன்றுகிறது. என்னால் போதையை விட முடியாது. அதுதான் உண்மையான காரணம்.

ஆனால், இப்போது அப்படியில்லை. மனதளவில் பெருமாளைப் பார்ப்பதற்குத் தயாராகிக் கொண்டிருக்கிறேன். இப்போது பழனி முருகனைப் பார்க்க நினைப்பதுகூட நிர்ப்பந்தத்திற்காகதான் என

நம்ப நினைத்தேன். பழனியின் மேலே போவதற்கு இன்னொரு கடமையும் எனக்கு இருக்கிறது. திருப்பதி போய்விட்டு, நேராக முதல் மொட்டை அடிப்பதற்காகப் பழனிக்கு வந்திருக்கிறார்கள். மொட்டை முடித்து என்னைத் தூரத்திக்கொண்டு கோயிலுக்குப் போனால் முருகன் ஆண்டிக் கோலத்தில் நின்றிருக்கிறார். ஆண்டிக் கோலத்தில் முருகனைப் பார்த்துவிட்டால் மறுபடி ராஜ கோலத்தில் பார்த்து விட்டுத்தான் வர வேண்டுமாம். இப்போதுபோல தொலை பேசியில் என்ன கோலம் என விசாரித்துவிட்டுப் போகும் வசதியெல்லாம் அப்போது இல்லையே? இதிலெல்லாம் நம்பிக்கை யில்லாத என்னுடைய தாத்தா எல்லோரையும் அழைத்துக்கொண்டு குற்றாலத்திற்குப் போய் விட்டாராம்.

ஆண்டிக் கோலத்தை மட்டும் பார்த்துவிட்டு வந்தால் வீட்டுக்கு ஆகாது என்கிற நம்பிக்கை அப்பாவை நொடியச் செய்தது. 'நான் தோற்றுப் போனதற்குக் காரணம் உன் தந்தைதான்' என அம்மாவிடம் கோபம் வரும்போது அப்பா சண்டையிடுவார். ''ஒருத்தன அரசனா போட்டாங்களாம். ஆனா, அவன் தொடை நடுங்கி. ஆட்சிய நடத்த முடியாம பரதேசம் போனானாம். இன்னொருத்தன செறையில போட்டாங்களாம். அவன் அங்கு சாப்பிடக் குடுத்த அலுமினியத் தட்ட நெளிச்சி கத்திமாதிரி காமிச்சு தலைவனா ஆயிட்டானாம்'' என இந்தக் கதையை ஏற்ற இறக்கங்களோடு ஒவ்வொரு முறையும் அம்மா சொல்லும். அப்பா அமைதியாகக் கேட்டுக் கொள்வார். நான் கொஞ்சம் வளர்ந்த பிறகு, அப்பாவை மறுபடி அழைத்துப் போக வேண்டும் என அம்மா சொல்லிக்கொண்டே இருந்தது. ராஜ கோலத்தைப் பார்த்துவிட்டால் எல்லாம் சரியாகிவிடும் என அம்மாவும் நினைத்தது. ஆனால், அப்பா மறுத்து விட்டார். அவருக்கும் மேலே போக பயம்போல. அடுத்த சந்திப்பில் திரும்பவும் ஆண்டிக் கோலத்தில் பார்த்துவிட்டால் என்ன செய்வது என அவர் யோசித்திருக்கலாம். இப்போதுபோல இணையத்தின் வழியாகக் கூட தெரிந்துகொள்ளலாம் என்கிற நிலை அப்போது இருந்திருந்தால் அவர் நிச்சயம் போயிருப்பார். அவர் அடியாழத்தில் போவதற்கான வேட்கையுடன் இருந்தார். காலை எழுந்ததும் ராஜ கோலத்தில் முருகன் நிற்கிற கூடலிங்கம் ஜவுளி ஸ்டோர்ஸ் காலண்டரைப் போய்த் தொட்டுக் கும்பிடுவதைப் பார்த்திருக்கிறேன். அவரது பயம்தான் அவரைப் போகவிடாமல் தடுத்தது. அப்பா உச்சகட்ட மன அழுத்தத்தினால்தான் மாரடைப்பு வந்து செத்துப் போனார். அம்மா எனக்கும் அது மாதிரி வந்துவிடக் கூடாதென பதறுகிறது. அவர் சாகிற வரை, பழனி கோயிலுக்குப் போக

முயற்சிக்கவேயில்லை. அவருக்குப் பதிலாக நான் போய்ப் பார்க்க ஆசைப்படுகிறேன். என் அப்பாவிற்கென்று இதுவரை நான் எதுவும் செய்ததில்லை. ஒரு வகையில் நான் மேலே போய் முருகனைப் பார்ப்பது, அவரது அஸ்தியைக் கரைக்கும் சடங்கினை ஒத்ததுதான். நான் இந்தச் சொத்துப் பத்திரம் தரும் சுமையையும் உதறவேண்டும். என் அப்பாவின் அஸ்தியை முருகனின் காலடியில் கரைக்க வேண்டும். ஆனால் என்னால் போக முடியவில்லை. வின்ச்சில் ஏறுவதற்கும் பயமாக இருந்தது. அடிவாரத்தில் கையறு நிலையில் நான் அமர்ந்திருந்தபோது மனதில் இருந்த அப்பாவின் அஸ்தி கனமாக இருந்தது.

7

பொதுவாகவே எங்களுடைய போதை உலகத்தில் நுழைபவர்களிடம் அவர்களின் குடும்பக் கதைகளைத் தோண்டித் துருவிக் கேட்பதில்லை. பெரும்பாலும் யாரும் அப்படிச் சொல்வதை விரும்புவதும் கிடையாது. நான்தான் தேவையில்லாமல் என்னுடைய கதையை உங்களிடம் சொல்லிக் கொண்டிருக்கிறேன். நான் இப்படிச் சொல்வது தெரிந்தால் இதில் உள்ள பலர் என்னுடனான பேச்சு வார்த்தையையே முறித்துக் கொள்வார்கள். இந்த உலகத்திற்கு வருகிறவர்களை அவர்களது நிறை குறைகளுடன் அப்படியே ஏற்றுக்கொளவோம். அவர்கள் சிரித்தால் கூடசேர்ந்து சிரிப்போம். அமைதியாக அமர்ந்திருந்தால் ஒரு வார்த்தைகூட பேசாமல் அப்படியே விட்டுவிடுவோம். ஆனால், ராஜகுரு அப்படியில்லை. ஏற்கெனவே பழக்கமானவன்தான். அவன் எங்களது விடுதிக்கு வந்தபோது ஹைப்பர் ஆக்டிவாக இருந்தான். விடுதியில் உள்ள சுவர்களையெல்லாம் பிடித்துக் கீழே தள்ளுவான். இன்னும் கொஞ்ச நேரத்தில் இந்தச் சுவர் எப்படிக் கீழே விழுந்து நொறுங்கப் போகிறதென்று பாருங்கள் என்று சொல்லி ஹாஹாஹா என சிரிப்பான். நாற்காலிகளைத் தூக்கிப் போட்டு உடைப்பான். இரண்டு கைகளையும் காற்றில் பிளந்து அவனது மாமனின் நெஞ்சுக் கூட்டைப் பிளக்கிறேன் பாருங்கள் என்பான். ரத்தம் கொட்டப் போகிறது என்பான். அதற்காக அவன் அடி வாங்கிக்கொண்டே இருப்பான். வாய் வலிக்கும் வரை அவனுடைய கதையைத் திரும்பத் திரும்ப சொல்லிக் கொண்டேயிருப்பான்.

ராஜகுருவின் அப்பா சின்ன வயதிலேயே இறந்துவிட்டார். நான்கு அக்கா தம்பிகளோடு இருந்த இவனது குடும்பத்தை அவனுடைய

தாய் மாமாதான் பார்த்துக் கொண்டார். ராஜகுருவின் அம்மாவுக்கு அவளின் தம்பியே எல்லாமும். தம்பி கிழித்த கோட்டைத் தாண்டுகிற மாதிரி கற்பனைகூட செய்ய மாட்டார். ராஜகுருவுக்கு அவனது தாய்மாமா மகளையே கல்யாணம் செய்து கொடுத்தார்கள். ஏனோ சிதறி விட்டான். ''சின்ன வயசுல தோளில் போட்டு வளர்த்த பொண்ணு பாஸ்'' என்பான். ''அவள் ஆய் போய்விட்டால் அப்போ தெல்லாம் நான்தான் கிணற்றடிக்குப் போய் கழுவி விடுவேன்'' என்று சொல்லிவிட்டுத் தலையைக் குனிந்து கொள்வான். அந்தப் பெண் குழந்தையாக இருந்தபோது போட்டுக் கொண்டிருந்த உடைகளைக்கூட பத்திரமாகச் சேமித்து வைத்திருந்தான். அந்தச் சிறுமியை அவன் பெண்ணாக ஏற்றுக்கொள்ளவே இல்லை. இவனது உச்சகட்ட தன்னிரக்கத்தால் அந்தப் பெண் தற்கொலை செய்து கொண்டாள். இவன் போதையில் விழுந்தான். தண்ணியில் துவங்கி கஞ்சா, எல்.எஸ்.டி. என்று மேலே போய்ப் பார்த்துவிட்டு இப்போது ஊசியில் வந்து நின்றான்.

கொஞ்சம் வசதியான வீடுதான். இவற்றை ஸ்கோர் செய்வதற்காகவே சென்னைக்குக் கிளம்பி வருவான். என்னையும் அடிக்கடி பார்க்க வருவான். மரித்துப் போன புகழ் பெற்ற அந்த நடிகர் இதற்குதான் அடிமையாக இருந்தார். ஒரு நாள் அந்த நடிகரை என்னுடைய இடத்திற்கு அழைத்து வந்தான். நான் அவரைப் பார்த்து மிரண்டு விட்டேன். திரையில் கம்பீரமாக இருக்கும் அவர் அந்த ஒற்றை ஊசிக்காகக் கையேந்தி நிற்கும் பாவனையை உடலில் காட்டினார். அடிக்கடி என்னைப் பார்க்க வருவார். அவர் ஒரு நாள் இறந்தும் போனார். நானும் அவரது இறப்பிற்குப் போயிருந்தேன். பெரிய பெரிய நடிகர்களெல்லாம் வந்திருந்தார்கள். நான் வழக்கம்போல உள்ளே போகவில்லை. ராஜகுருவும் அந்த இறப்பிற்குக் கிளம்பி வந்தான். எப்போதும் பேசியபடியே இருக்கும் அவன், அன்று முழுவதும் மயான அமைதியில் இருந்தான். நாங்களும் அவனைத் தொந்தரவு செய்யவில்லை.

இப்படி ஏராளமானவர்களின் இறப்பிற்குக் காரணமான இந்த மருந்துகள் ஆந்திரப் பொது மருத்துவமனைகளிலிருந்து திருடி கள்ள மார்க்கெட்டுக்குக் கொண்டுவரப்படுகின்றன. பிரசவ காலங்களில் மயக்கத்திற்காகக் கொடுக்கப்படும் இந்த இரண்டு மருந்துகளையும் சரி விகிதத்தில் கலந்து செலுத்திக் கொண்டால் குறைந்தது இரண்டு நாட்களுக்கு ராஜ போதை நிச்சயம். நாள்பட நாள்பட நரம்பு மண்டலம் கடுமையாகப் பாதிக்கப்படும். அதையெல்லாம் யார் பார்த்துக் கொண்டிருக்கப் போகிறார்கள்? ஏதோ ஒரு பெண்ணைச்

சிந்தனையில் கொண்டுவந்தால், அந்தப் பெண் உங்கள் அருகில் இருப்பார். அசைவார். படுப்பார். உருளுவார். ஆனால் உங்களால் அவரைத் தொட முடியாது. அதனால்தான் சாரை சாரையாக வண்டுகள் கிளம்பி வந்து இந்தக் குழியில் விழுகின்றன. நானும்கூட சில நாட்கள் அதைப் பயன்படுத்திப் பார்த்தேன். என் கையைப் பார்த்து என்ன ஏதென்று நிறைய பேர் விசாரிக்கிறார்கள் என்பதற்காக அதிலிருந்து விலகினேன். தவிர அது சீக்கிரமே மரணத்தைக் கொண்டு வந்துவிடும் என எனக்குத் தோன்றிக்கொண்டே இருந்தது. எனக்கு போதையாக இருந்தாலும் அதில் ஒரு பதவிசு இருக்க வேண்டும். யாரையும் உறுத்தாமல் எதையும் நான் செய்வேன். அதிலிருந்து விடுபட்டுக் கொஞ்ச நாள் எல்.எஸ்.டி.யில் வந்து தஞ்சமடைந்தேன்.

ஆனால், ராஜகுரு அங்கேயே மாட்டிக்கொண்டான். கையில் கழுத்தில் குத்தியதெல்லாம் போதவில்லை என்பதால் அவனது ஆண் குறியில் குத்தும் கட்டத்திற்கு வந்திருந்தான். ஆண் குறியை முதலில் எழுச்சிக்குக் கொண்டுவருவார்கள். கிட்டதட்ட ஒரு மணி நேரத்திற்கு மேலாகவெல்லாம் போராடுவார்கள். பின்னர் அதில் புடைத்துக் கொண்டிருக்கும் ஒரு நரம்பைத் தேர்ந்தெடுத்து அதில் குத்துவார்கள். உச்சகட்ட போதைக்காக அப்படிச் செய்வார்கள். நீங்கள் முதலில் ஒரு கட்டிங் அடிப்பீர்கள். பின்னர் அது குவார்ட்டர் ஆகி அடுத்து ஆஃப் ஆகி அடுத்த கட்டத்திற்கு நகருமே? அதைப் போலதான் இதுவும். மேலே மேலே என போய்க் கொண்டிருப்பது. அதனால்தான் அவனை விடுதிக்குக் கொண்டு வந்திருந்தார்கள். நான் அங்கிருந்து கிளம்பிப் போன பிறகு அதிலிருந்து அவன் மீளவே மாட்டான் என்றுதான் நினைத்திருந்தேன். ஆனால், விடுதியிலிருந்து வெளியேறி, கொஞ்ச நாள் வெளியில் சுற்றிக் கொண்டிருந்தான் போதையோடு. என்னையும் அடிக்கடி அப்போது பார்க்க வருவான்.

நான் ஒரு தடவை பாண்டி கோயிலுக்குத் தற்செயலாகப் போயிருந்த போது அங்கிருந்தான். தெளிச்சியாக இருந்தான். உடல் எடை கூடியிருந்தது. இந்த உலகத்தில் எடை ரொம்ப முக்கியம். எடையை இழக்கத் துவங்குவதுதான் எங்களைப் பொறுத்தவரை சாவு மணி. எங்களையும் பலர் எடை போட்டுக் கொண்டிருப்பார்கள். நான் ராஜகுருவை எடை போட்டேன். அவன் திரும்பி இங்கு வரவே மாட்டான் என்கிற தெளிவு வந்தது. அவன் கண்களில் ஒளியிருந்தது. அவனது இரண்டாவது குழந்தைக்கு மொட்டை போட வந்திருந்தான். அவனுக்கு இரண்டாவதாக திருமணம் ஆகியிருந்தது. முதல் பெண் குழந்தைக்கு முதல் மனைவியாக இருந்த அந்தச்

சிறுமியின் பெயரையே வைத்திருந்தான். அவனுடைய அம்மாவிடம் கொண்டுபோய் என்னை அறிமுகப்படுத்தி வைத்தான். அப்போது அந்த அம்மா சாப்பிட்டுக் கொண்டிருந்தார்கள். வாய்யா என்று சொல்லி ஒரு கவளத்தை எடுத்துச் சின்னக் குழந்தைக்கு ஊட்டி விடுவதைப்போல இரண்டு பேருக்கும் ஊட்டிவிட்டார்கள். எனக்கு வெட்கமாக இருந்தது. ஆனால், அவனுக்கு அது வழக்கமானது என்பதால் குட்டிக் கிருஷ்ணன் வாய் திறப்பதுபோல திறந்து காட்டிக் கொண்டிருந்தான்.

எப்படிச் சாத்தியமானது என நான் கேட்டபோது அவன் தன்னம்பிக்கையுடன் பேச ஆரம்பித்தான். ''என்னுடைய முதல் குழந்தைக்கும் இங்கு வந்துதான் மொட்டை போட்டேன். அன்றைக்கும் நான் கடுமையான போதை. அன்றைக்கு குழந்தையை மடியில் கிடத்தியவுடன் பொறுப்புணர்ச்சி கொண்டவனாக என்னை உணர்ந்தேன். அந்தக் கணத்தில் இந்தச் சங்கிலியில் இருந்து விடுபட வேண்டும் என்று தோன்றியது. வந்துவிட்டேன். நீயும் வெளியே வந்தால் சந்தோஷப்படுவேன்'' என்று சொல்லிவிட்டுக் கைகளைப் பிடித்துக்கொண்டான். நான் நெகிழ்ந்துவிட்டேன். உடனடியாக எதையாவது செய்ய வேண்டும்போல இருந்தது. பாண்டி அய்யாவிற்கு வேண்டிக் கொள்ளலாமா என்று தோன்றியது. என்ன வேண்டிக்கொள்ளலாம்?

ராஜகுரு என்னை விருந்திற்கு அவன் மனைவியை உடன் வைத்து வெற்றிலையில் ஒரு ரூபாய் நாணயத்தைச் சேர்த்து சுருள் வைத்து அழைத்தான். சுருள் வைத்தால் போகாமல் இருக்க முடியாது. கை நனைக்காமல் வரவும் முடியாது. அந்தப் பெண்ணும் சிறுமியைப் போலதான் இருந்தாள். ஆனால், அவள் குறித்த சிக்குகள் அவன் மனதில் இல்லையே? என்னைப் பெரிய மனுஷன்போல நினைத்து அந்தப் பெண் காலில் விழுந்து கும்பிட்டாள். எனக்கு மட்டன் என்றால் உயிர் என்பது ராஜகுருவிற்குத் தெரியும். மட்டன் சாப்பாடென்றால் காரெடுத்துக்கொண்டு 500 கிலோ மீட்டர் கூட போவோம். ஊரில் ஒரு கெடா வெட்டை விடமாட்டோம். கஞ்சா போன்ற போதை உலகத்தில் நுழையும் ஆரம்ப கட்டங்களில் பசி கடுமையாக இருக்கும். இரண்டு சட்டிச் சோறைக்கூட ஒரே ஆளால் சாப்பிட்டு விட முடியும். என்னுடைய நண்பர்கள் பலர் போட்டி வைத்து அப்படிச் சாப்பிட்டிருக்கிறார்கள். என்னைப் பொறுத்தவரை எதுவுமே அளவாக இருக்க வேண்டும். இந்தப் போதை விஷயத்தில் மட்டும்தான் அளவுக்கு மீறிச் சென்று கொண்டிருக்கிறேன். அன்றைக்குக் கடுமையான பசி. மட்டன் சுக்காவும், மட்டன் தண்ணிக் குழம்பும் வைத்திருந்தார்கள். சிறப்பு

விருந்தினர்களுக்கென்று நிச்சயமாகக் குடல் கறி வைத்திருப்பார்கள். பந்தியில் அமர்ந்த அந்த நேரத்தில் அந்தச் சிந்தனை வந்தது. என்ன வேண்டிக் கொள்ளலாம்? டெய்ஸியோடு நான் இந்தச் சங்கிலியில் இருந்து விடுபட வேண்டும். மொட்டை போடலாமா? அதுதான் சீக்கிரம் வளர்ந்துவிடுமே? யாரை ஏமாற்றப் பார்க்கிறோம்? எனக்கு எப்போதுமே இதுமாதிரி வேண்டுதல்களை நிறைவேற்றுபவர்களைப் பார்க்கும்போது பரிதாபமாக இருக்கும். அவர்களையும் ஏமாற்றிக் கொண்டு கடவுள்களையும் ஏமாற்றிக் கொண்டிருப்பவர்கள். அதைக் கடைப்பிடிப்பதன் வழியாக ஒரு பெருமிதம் வரவேண்டும். அதுதான் அற்புதமான உணர்வாக இருக்கும். இப்போதெல்லாம் மொட்டை போடுவதற்குப் பதிலாக மீசையை எடுக்கிறேன் என்றெல்லாம் கூட வேண்டுதல் வைக்கிறார்கள். மனைவி செத்தவன் கூடதான் மீசையை மழிப்பான். கடவுளுக்கானால் பெரிதாக எதையாவது செய்ய வேண்டும். என்ன செய்யலாம் என யோசித்தபோது மட்டன் வந்து முன்னால் நின்றது. என் வாழ்க்கையிலேயே எனக்குப் பிடித்த அந்த மட்டனை விட்டுவிடுவது என சபதம் செய்யலாம் என்று தோன்றியது.

வாழ்நாள் முழுக்க இனி தொடுவதில்லை. உறுதியாய் முடிவெடுத்து விட்டேன். நான் ஜென்டில் மேனாய் நடந்துகொள்வேன். பாண்டி அய்யாவும் ஜென்டில் மேனாய் நடந்துகொள்ள வேண்டும். மட்டன் வேண்டாம் வெறும் ரசம் மட்டும் போதும் என்றதற்கு, ஏன் என்றான். வேண்டுதல் என்றேன். எப்போதிருந்து என்றான். என் கைகளை நீ அணைத்துப் பிடித்த போதிலிருந்து என்றேன். அவன் புரிந்து கொண்டதைப்போல தலையாட்டினான். அவனது மனைவியின் காதில் போய் ஏதோ சொன்னான். அந்தப் பெண்ணும் தலையாட்டி விட்டு ஒரு தட்டில் வெறும் சோறு மட்டும் போட்டு ரசத்தை ஊற்றிக் கொண்டுவந்து கொடுத்தது. நான் மட்டன் வகையறாக்களைப் பார்த்தேன். துளிக்கூட சாப்பிட வேண்டுமென தோன்றவில்லை. நிஜமான பெருமிதமாக அந்தக் கணம் இருந்தது. ராஜகுருவின் குழந்தைகளைக் கையில் வாங்கி முத்தம் கொடுத்தேன். மெத்து மெத்தென இருந்தன அந்தக் குழந்தைகள். கல்யாணம் பண்ணிக் கொள்ள வேண்டுமென்கிற ஆசை வந்து போனது.

ஆனால், பேருந்தில் என்னை ஏற்றிவிடுகிற வரை புலம்பிக் கொண்டே இருந்தான். ‘‘கெடா வெட்டுக்கு வந்துட்டு வெறும் ரசம் சோறு தின்னுட்டுப் போற பயல் நீ ஒருத்தனாத் தாண்டா இருக்கும்.’’ பத்து தடவைக்கும் மேல் இதைச் சொல்லியிருப்பான். அவனுக்குக் கயிறு கிடைத்தது; ஏறிவிட்டான். ஜென்டில்மேன் பாண்டி அய்யாவே சொல்லுமய்யா சொல்லும்... எது என் கயிறு?

8

பசுபதி அத்தை என்னைப் பொத்திப் பொத்திப் பாதுகாக்க முயற்சி செய்தது. நானாகவே கையை உதறி வெளியே வந்துவிட்டேன். கல்லூரிக்காக சென்னை வந்ததிலிருந்துதான் நான் மாறிப் போய் விட்டதாக அத்தை சொல்லிக்கொண்டே இருக்கும். அது உண்மை தானே! அப்போதுதானே முழு போதையை நான் கையிலெடுத்தேன். உயர்நிலைப் பள்ளியிலும் ஹாஸ்டலிலும்தான் படித்தேன் என்ற போதிலும் அந்தப் பக்குவம் அப்போது தலை வைத்ததில்லை.

அத்தை அப்பாவின் அக்கா. குழந்தையில்லை. அப்பாவுக்கு அடுத்த இரண்டு தங்கைகளும் இருக்கிறார்கள். ஆனாலும், எனக்கு அத்தையென்றால் பசுபதி அத்தைதான். அப்பா ஒரே பையன் என்பதால் சின்ன வயதிலேயே வியாபாரத்திற்குப் போய்விட்டார். தாத்தாவுக்குத் துணையாய்ப் போனார். தேனி வீரபாண்டித் திருவிழாவில் ஒரு தடவை மொத்த மிக்சர் வியாபாரத்திற்குப் போன போது, தாத்தா மாரடைப்பில் கோயில் திடலிலேயே இறந்து விட்டார். சின்னப் பையனாக இருந்த அப்பா தவித்துப் போய் விட்டாராம். தாத்தாவைத் தூக்கிக்கொண்டு வந்த அன்றிலிருந்து அப்பாவின் நடத்தையில் மாற்றம் வந்துவிட்டதாக பசுபதி அத்தை சொன்னது, யாரிடமும் பேசாத கூச்ச சுபாவியாக மாறிப் போனாராம். தனக்குத் தெரிந்த அளவுக்கு வியாபாரம் பார்த்து சகோதரிகளைக் கட்டிக் கொடுத்திருக்கிறார். எல்லோரையும் அப்படியொன்றும் பெரிய வீடுகளில் கட்டித் தரவில்லை. ஆனால், அத்தைகளுக்கு இந்த விஷயத்தில் அப்பா மீது குற்றச்சாட்டுகளும் இல்லை. ''வாயில்லா பூச்சி பாவம். அவனும் இதுக்கு மேலே என்ன செய்வான்?''

என்பார்கள். அத்தைக்கு அம்மா வசதியான வீட்டிலிருந்து வந்த பெண். அப்பாவுக்கு எந்தக் கெட்ட பழக்கங்களும் இல்லை என்பதைக் கேள்விப்பட்ட அம்மாவைப் பெற்ற என்னுடைய தாத்தா, அப்பாவின் வீட்டிற்குத் தேடி வந்து மாப்பிள்ளை கேட்டாராம். அப்பாவின் வாழ்க்கை உருப்பட்டுவிடும் என்றுதான் எல்லோரும் நினைத்திருக்கிறார்கள். ஆனால், அப்பா துலங்கவில்லை.

அத்தைக்குக் காது கேட்காது. ஒரு நாள் இடியுடன் பெய்த மழையின்போது அத்தை முகத்தை ஜன்னலில் பொதித்து வேடிக்கை பார்த்துக்கொண்டு இருந்திருக்கிறது. பலத்த காற்றில் ஜன்னல் கதவு காதில் வந்து மோதிவிட்டதாம். ஆரம்பத்தில் ஒரு காது மட்டும் கேட்காமல் இருந்திருக்கிறது. பிறகு இரண்டு காதும் கேட்காமல் போய்விட்டது. இந்தக் கதையை அப்பா ஆயிரம் தடவையாவது என்னிடம் சொல்லியிருப்பார். முற்றத்தில் வைத்து ஒரு தடவை இந்தக் கதையை அப்பா சொன்னபோது அம்மா சலிப்பாக வீட்டிற்குள் எழுந்து போனது. அம்மாவுக்கு அத்தையைக் கண்டால் ஆகாது. அங்கே போகாதே என கண்டித்தாலும் போய்விட்டு வந்தால் ஒன்றும் சொல்லாது.

காது கேட்காத பெண் என்பதால் சுமாரான வேலையில் இருந்த மாசிலாமணி மாமாவைக் கட்டி வைத்தார்கள். தீப்பெட்டி ஆபீஸ் ஒன்றில் சூப்பர்வைசராக இருந்தார். மாமாவை எல்லோரும் சாம்பார் என்றுதான் அழைப்பார்கள். அத்தைக்கு சாம்பாரை விட்டால் வேறு எந்தக் குழம்பும் வைக்கத் தெரியாது. தவிர குணத்திலும் மாமா சாம்பார் போலதான். படு அசமந்தமாக இருப்பார். அத்தையும் மாமாவும் பேசிக்கொண்டதை நான் பார்த்ததேயில்லை. அப்பாவிடம் மட்டும் போய் மாமா அத்தையைப் பற்றிப் புலம்பிவிட்டு வருவார். அத்தைக்கு ஆங்காரம் வந்தால் இரண்டு விஷயங்களைத் தவறாமல் செய்யும். மாமாவின் தலைமுடியைக் கொத்தாக இழுத்துப் பிடித்து அடிக்கும். உடனடியாக ஓடிப் போய் தீப்பெட்டி ஒட்டும் பசை காய்ச்சுவதற்காக வைத்திருக்கிற மாவைத் துத்தநாகத்துடன் அள்ளி வாயில் போட்டுக்கொள்ளும். ஏழிலைக் கிழங்கு மாவு என்பார்கள் அதை. பஞ்ச காலத்தில் மக்கள் தீப்பெட்டி ஒட்டக் கொடுத்த மாவை, ரொட்டி சுட்டு சாப்பிட்டு இருக்கிறார்கள். அதிலிருந்து மாவை யாரும் இப்படிப் பயன்படுத்திவிடக் கூடாது என்பதற்காக கடுமையான விஷமான துத்தநாகத்தைப் பொடியாக்கிக் கலந்து அனுப்புவார்கள். அப்படியும் மாவைத் தரையில் கொட்டி துத்தநாகத் துகள்களைப் பொறுக்கி எடுத்துவிட்டு ரொட்டி சுடுகிறவர்களும் இருந்தார்கள். வறுமை துரத்தினால் வேறு என்னதான் செய்வார்கள்?

பாம்பு கடித்த பீர்க்கங்காயை ஓசி வாங்கி வந்து சமைத்துச் சாப்பிடும் ஆட்களைக்கூட நான் பார்த்திருக்கிறேன்.

அத்தை இதுவரை பத்து தடவைக்கும் மேல் இப்படி அந்த மாவை எடுத்துச் சாப்பிட்டிருக்கும். என் சந்தேகமெல்லாம் அத்தை அதை அளவாகத்தான் எடுத்துச் சாப்பிடுகிறதோ என்பதுதான். ஆனால் என் நண்பன் ஒருவன் மருத்துவனாக இருக்கிறான். அத்தை இப்படி விஷம் சாப்பிடுவது குறித்துச் சொல்லும்போது, ''விஷத்தை நீ குறைவாக சாப்பிடுகிறாயா, நிறைய சாப்பிடுகிறாயா என்பதை யெல்லாம் வைத்துச் சொல்ல முடியாது. அது அப்போதைய உன் உடலின் தன்மையைப் பொறுத்தது. நிறைய சாப்பிட்டவர்கள் பிழைத்திருக்கவும் செய்கிறார்கள். குறைவாக சாப்பிட்டவர்கள் செத்திருக்கவும் செய்கிறார்கள்'' என்றான். ஒவ்வொரு முறையும் தெருப் பெண்கள் நாட்டுக் கோழி முட்டை, சோப் கலந்து இனிமா கொடுத்துக் காப்பாற்றுவார்கள். அப்புறம் ஆஸ்பத்திரிக்குக் கொண்டு போவார்கள். அப்போது மட்டும் அம்மா போய்ட்டு வா என என்னை அனுப்பி வைக்கும். ஆஸ்பத்திரியில் இருந்து வந்த பிறகு அத்தையுடன் துணைக்கு மாமா வீட்டில் படுத்துக்கொள்வேன். தரையைப் பிளக்கும் தை மாதக் குளிரில், தீப்பெட்டி சாக்கை விரித்து இன்னொரு சாக்கைப் போர்வையாகப் போர்த்தி கதகதப்பாகப் படுத்துக் கொள்வோம். காலையில் என்னுடைய வீட்டு வாசலில் வைத்து அம்மா என் உடலில் ஒட்டியிருக்கும் சாக்கின் நூல் துகள் களை எடுத்துக்கொண்டே, அத்தை என்ன பேசியது என்பதைச் சொல்லச் சொல்லிக் கேட்கும்.

அத்தை காதில் ஒரு நாள் மெதுவாக சொன்னதை அடிக்கடி யோசித்துப் பார்ப்பேன். ''உன்னோட தாய்மாமன் மாதிரி தாட்டியமா இருக்கணும். உங்க அப்பன மாதிரியும் இந்த சாம்பார் பயலயும் மாதிரி மட்டும் இருந்திராத'' என்றது அத்தை. இதையேதான் அம்மாவும் வேறு வேறு வார்த்தைகளில் சொல்லிக் கொண்டிருந்தது. நான் அப்படி இல்லை என்பதுதான் அம்மாவின் கோபத்திற்குக் காரணம்.

அம்மா வழியில் வந்த சொத்தைக் கொண்டு பிழைத்துவிடுவோம் என்றுதான் அத்தை நினைத்திருந்தது. எங்களூர் புதிய பேருந்து நிலையத்திற்கு அருகில் உள்ள இடம் என்பதால் பல கோடி விலை போகும். அந்த நிலத்தை எழுதித் தரச் சொல்லிதான் என்னுடைய தாய்மாமன் ஒன்பதாவது படிக்கிற காலத்திலிருந்து மிரட்டிக் கொண்டிருக்கிறான். அதனால்தான் அம்மா உயர்நிலைப் பள்ளிக்கும் கல்லூரிக்கும் போனபோது ஹாஸ்டலில் கொண்டுபோய்ச் சேர்த்தது.

என் மாமன் என்ன வேண்டுமானாலும் செய்வான் என்பது அவனுடைய அக்காவுக்குத் தெரியும். ஒரு தடவை என்னை மூன்று ரௌடிகள் சேர்ந்து அடித்துத் துவைத்து எடுத்தார்கள். என்ன காரணத்திற்காக அடிக்கிறார்கள் என்றே தெரியவில்லை. விஜி அண்ணனிடம் போய் அழுதேன். யாரென்று காட்டு என என்னை வண்டியில் வைத்து அத்தை சுற்றினார். மாமா இதற்குப் பின்னால் இருக்கிறான் என்று தெரிந்ததும் அண்ணன் ஒதுங்கிக்கொண்டார். ஒரு மாநில அமைச்சரைப் பகைத்துக்கொண்டு அந்த ஊரில் விஜி அண்ணனால் எப்படி ரௌடித்தனம் பண்ணிக்கொண்டு அலைய முடியும்? என் மாமன் அமைச்சராக இருந்தான் என்ற ஒரே காரணத்திற்காகவே என்னை வெளிப்படையாக எதுவும் செய்யாமல் விட்டு வைத்திருந்தான்.

இடையிடையே ஊருக்கு வரும் போதெல்லாம் தொந்தரவு கொடுத்துக் கொண்டிருந்தான். நான் கல்லூரி முடிந்து வேலைக்குப் போன பின்னரும்கூட இந்தப் பிரச்சினை தொடர்ந்தது. ஆரம்பத்தில் அவன் மாவட்டச் செயலாளராக இருந்தபோது கொஞ்சம் அடக்கி வாசித்தான். எம்.எல்.ஏ. ஆன பிறகிலிருந்து அந்த ஊரிலேயே அவன் ஆட்டம் அதிகமானது. ஒரு முறை அவனுக்கு எம்.எல்.ஏ. சீட் தரவில்லை என்பதற்காகக் கட்சியின் முன்னணித் தலைவரையே ஊருக்குள் வரவிடாமல் விரட்டி அடித்தான். அவனது செல்வாக்கைப் பார்த்துவிட்டு, மறுபடி அவனுக்கே அந்தத் தொகுதியை ஒதுக்கித் தந்தார்கள். எப்படியோ அமைச்சராகவும் ஆகிவிட்டான். அதிலிருந்து அவனைக் கையில் பிடிக்க முடியவில்லை. அம்மாவிடம் அந்த நிலத்தைக் கேட்டு நைச்சியமாகப் பேசிப் பார்த்தான். என் தங்கைப் பிள்ளைக்குதான் அந்தச் சொத்து என்று சொல்லிவிட்டது அம்மா. சொத்திற்காக அவன் என்னைக் கொல்லக்கூட செய்வான் என அம்மா நம்பியது. அதனால் என்னை விடுமுறையின்போது ஊருக்குக் கூட வர விட்டதில்லை. எப்படியோ காசை மட்டும் என் கையில் சேர்த்துவிடும். நான் ஒவ்வொரு ஊராய் நாடோடிபோல நண்பர்களைத் தேடிப் போவேன். என் அம்மா செய்ய வேண்டியதையெல்லாம் என்னுடைய நண்பர்களின் அம்மாக்கள்தான் செய்தார்கள். நான் அம்மாவோடு ஊரில் இருப்பதற்குதான் பிரியப்பட்டேன். ஆனால், மாமா என்ற அந்த ஒற்றைச் சனியனால் என்னுடைய விருப்பம் தட்டிப் போய்க்கொண்டே இருந்தது. ஒரு நாள் தனக்கான நேரம் வருமென்று அம்மா காத்திருந்தது. அந்த நல்ல நேரத்தை நான் கொண்டுவருவேன் என என்னுடைய அம்மா நம்பியது. என்னைக்

கூட்டிக்கொண்டு பழனிக்குப் போய்விட்டு வரவேண்டுமென அம்மா சொல்லிக்கொண்டே இருக்கும்.

உங்களிடம் ஏற்கெனவே என்னுடைய மாமன் திருக்கை வாலால் அடித்த சம்பவத்தைச் சொல்லியிருந்தேன் அல்லவா? அந்தச் சம்பவம் நடந்த அன்று அத்தையிடம் சொல்லிவிட்டுப் போவதற்காகப் போனேன். சம்பவத்தை யார் மூலமோ அத்தை கேள்விப் பட்டிருந்தது. முதுகில் காயத்தைப் பார்த்துவிட்டு அவனை வெட்டி விட்டுதான் வருவேன் என அத்தை அரிவாள்மனையைத் தூக்கிக் கொண்டு ஓடியது. காலம் வரும் பொறுத்திரு என அத்தையைச் சமாதானம் செய்தேன். நிலத்தின் பத்திரத்தை உன் கையில் வைத்துக் கொள் என அத்தைதான் யோசனை சொன்னது. எனக்கு பார்த்துக் கொண்டிருந்த வேலையை விடவேண்டும்போல இருந்தது. சாம்பார் மாமா மட்டும் இல்லாவிட்டால் அத்தையையும் அழைத்துக் கொண்டு சென்னையில் வீடெடுத்துத் தங்கிவிடுவேன். அதற்கும் வழியில்லாமல் போய்விட்டதால், படிக்கிற காலத்திலிருந்ததைப் போல நாடோடிபோல சுற்றத் தோன்றியது. அதை அத்தையிடம் சொன்னேன். ''உனக்கென்ன? ராஜா நீ. எதுக்கு இன்னொருத்தன்ட்ட கை கட்டி வேலை செய்யணும். உன் சொத்த வித்து பேங்க்குல போட்டா கால ஆட்டிக்கிட்டு சாப்பிடலாம். அத்தையும் ஒரு ஓரத்துல உங்கூடயே உட்கார்ந்துக்குவேன். ஆனா ஆண் பிள்ளை அப்படி இருக்கக் கூடாது. கொஞ்ச நாள் எங்கயாவது போயிட்டு வா. அப்பறம் இங்கேயே ஏதாவது கட கண்ணி போட்டு உக்காந்துக்கலாம்'' என்றது அத்தை. விபூதி பூசி ஆசீர்வதித்த அத்தை நான் கிளம்பும்போது அழுதுகொண்டே, ''காத்து ஒரு பக்கமா மட்டும் எப்பவும் அடிக்காது. அவசரப்பட்டு எதுவும் செஞ்சுக்காத. எனக்கு கொள்ளி போடறதுக்கு உன்ன விட்டா ஆள் இல்லை, பார்த்துக்கோ. சூதானமா நடந்துக்கோ'' என சொல்லிவிட்டு என் கையில் 300 ரூபாயைத் திணித்தது. அத்தையால் அவ்வளவுதான் முடியும். வேண்டாம் என்று சொன்னால் முகத்தைத் தொங்கப் போட்டுக்கொள்ளும். நான் அந்தப் பணத்தைக் கொண்டு கொழுப் பெடுத்து போதையடிப்பேன். ஆனால், அத்தையிடம் இருந்தால் ஐந்து நாள் ஆக்கிச் சாப்பிடும் என்பதை நினைக்கும்போது உடனடியாக அழுகை வந்தது. அடக்கிக் கொண்டேன். நான் அழுதால், அத்தை தெருவதிர ஓலமிடும். தெருமுனை வரைதான் போவதையே பார்த்துக் கொண்டிருந்தது.

நான் பத்திரத்தை எடுத்துக்கொண்டு போய், என் நண்பனின் தந்தையிடம் ஐந்து லட்சம் ரூபாய்க்கு அடமானம் வைத்தேன்.

ஐம்பதாயிரம் ரூபாயை மட்டும் வாங்கிக்கொண்டு மீதியைக் கேட்கும்போது என் அக்கவுண்டில் போடச் சொன்னேன். இப்படிதான் என்னுடைய நாடோடி வாழ்க்கையை ஆரம்பித்தேன். யாருக்காகப் போகிறேனோ இல்லையோ, என் அத்தைக்காகவாவது வெகு சீக்கிரம் ஊர் திரும்பவேண்டும் நான். அதுவரை அத்தை துத்தநாகத்தை எடுத்துக் குடித்துவிடக் கூடாது. செய்யாது. எனக்காகக் காத்திருக்கும் என்கிற நம்பிக்கை இருந்தது.

9

அந்தப் பதினைந்து கோடி ரூபாய் சொத்துப் பத்திரத்தை என்னிடம் கொடுத்தவன் சம்பத். கோவைக்காரன். என்னை விட இரண்டு மூன்று வயது அதிகமாக இருக்கும். கஞ்சா இழுத்து இழுத்து நெஞ்செலும்பு மட்டும்தான் தெரியும். கஞ்சா மட்டும் இருந்தால் பரவாயில்லை. ஊசிகளையும் குத்திக் கொள்கிற ஆள் என்பது கைகளைப் பார்த்தாலே தெரியும். ஏற்கெனவே சொன்ன மாதிரிதான். அந்த ஊசியின் பெயரைச் சொல்லக் கூடாது என்று நினைத்தேன். இருந்தாலும் நீங்கள் பயன்படுத்த மாட்டீர்கள் என்ற நம்பிக்கையில் சொல்கிறேன். பெனகரனா, பேரார்ட்வின் என்ற ஊசி மருந்துகள்தான் அவை. முன்பெல்லாம் மருந்துக் கடைகளில் கொஞ்சம் அதிகமாகப் பணம் கொடுத்துக் கேட்டாலே தந்துவிடுவார்கள். இப்போது அதிகமும் கெடுபிடி காட்டுகிறார்கள் என்பதால் கள்ள மார்க்கெட்டில்தான் புழங்குகின்றன. சம்பத்திற்குக் கிட்டதட்ட எல்லா போதைகளும் பழக்கம்.

எனக்குப் பழனி மலை அடிவாரத்தில் அவன் பழக்கமானான். ஒரு நாள் ரெய்டு அதிகமானதால் கஞ்சாவிற்குக் கடும் தட்டுப்பாடு. கஞ்சா வியாபாரிகள் தங்களுக்குள் குத்திக் கொண்டார்கள். அந்தச் சண்டையில் மூன்று பேர் வரை பலியானதால் ஏகக் கெடுபிடி நிலவியது. வியாபாரம் செய்ய பெரிய மனது பண்ணி அனுமதித்தால் கொலைகளைச் செய்வது சரிதானா? காவல் துறையினர் ஆங்காரத்துடன் வேட்டையாடினார்கள். அவன்தான் அவசரத்திற்குக் கை கொடுத்தான். நான் கஞ்சா அடிப்பவன் என்று எப்படிக் கண்டு பிடித்தான் என்பதில் இப்போதும் எனக்கு ஆச்சர்யம். இத்தனைக்கும் நான் உடலில் முகத்தில் எதையும் எந்தக் கட்டத்திலும் காட்டிக்

கொள்ள மாட்டேன். கவனமாக இருப்பேன். அப்பாவிடம் இருந்து வந்த என்னுடைய நிறமும் தோற்றமும் எனக்கு ஒரு நல்லவன் பிம்பத்தைத் தந்து கொண்டிருந்தது. நான் ம் என்றால், என்னுடைய வட்டத்தில் உள்ள பல பெண்கள் என்னோடு சிநேகிதம் வைத்துக் கொள்ளத் தயாராகவே இருந்தார்கள். ஆனால், அந்தத் தோற்றம் சிறுகச் சிறுகச் சிதைவதைப் பார்க்கச் சகிக்காமல், நான் கண்ணாடியில் முகம் பார்ப்பதை அப்போதெல்லாம் தவிர்க்க ஆரம்பித்தேன்.

நாங்கள் இருவரும் சேர்ந்து சுற்றத் துவங்கினோம். என்னுடைய கையில் இருப்பதை அவனுக்குக் கொடுப்பேன். அவன் எனக்குக் கொடுப்பான். வேறு எதையும் அவன் பேசமாட்டான். அமைதியாய் அந்த மலையில் ஜொலிக்கும் மின் விளக்குகளைப் பார்த்துக் கொண்டிருப்பான். அன்றைக்கு ஏதோ வேறொரு மன நிலையில் இருந்திருப்பான் போல. அவனுடைய கதையை அவனாகவே சொல்ல ஆரம்பித்தான்.

சம்பத்தின் அம்மா மாரியம்மாள் கோயிலில் உள்ள பணக்கார நாயுடு ஒருவரின் வைப்பாட்டியாக இருந்தார். சம்பத்திற்கு மூன்று அக்காள்கள். கோவை ரேஸ் கோர்ஸ் சாலைக்குப் பக்கத்தில், நாயுடு ஒரு இருபது சென்ட் நிலத்தை எழுதி வைத்துவிட்டுச் செத்துப் போனார். இப்போது அந்த நிலம் குறைந்தது பதினைந்து கோடியாவது போகும்.

சம்பத்தின் சின்ன வயதில் அவனுடைய அம்மா அந்தப் பகுதியில் பிரபலமான சாராய வியாபாரியாக அறியப்பட்டிருந்தார். மாரியம்மாள் தயாரிக்கும் சாராயம் உடலுக்கு நல்லது என்பார்களாம். பெரிய பணக்காரர்கள்கூட தேடி வந்து குடித்துவிட்டுப் போவார் களாம். அப்படி வந்த ஒரு சந்தர்ப்பத்தில்தான் நாயுடு தொடுப்பாகிப் போனார் என்றான் சம்பத். அவனுடைய அப்பாவைப் பற்றி அவன் மறந்தும் ஒரு வார்த்தைகூட பேசவில்லை. சம்பத்தின் முதல் அக்காவுக்குச் சித்தப் பிரமை பிடித்த பிறகுதான் மாரியம்மாள் சாராயம் விற்கும் தொழிலைக் கை விட்டிருக்கிறார். அதற்கப்புறம் அவனுடைய அம்மா அந்த நிலத்தில் கீரை போட்டு வியாபாரத்தில் இறங்கியதாக சம்பத் சொன்னான். சாராயம் விற்ற பாவமும் இன்னொரு குடும்பத்தில் கை வைத்த பாவமும்தான் தங்களை இப்படி அலைக்கழிப்பதாகத் தனக்கு உறுதியாகத் தோன்றியது என்றான் சம்பத்.

''என் அம்மாவுக்கும் நான் இப்படி நினைப்பது தெரிந்துதான் இருந்தது போலிருக்கிறது'' என்றான். நான் அமைதியாக அது குறித்த யோசனையில் இருந்தேன்.

பிறகு அவனாகவே மீண்டும் சொல்ல ஆரம்பித்தான். ''என்னுடைய அம்மா அப்படி உடனடியாக அந்தத் தொழிலை யாருக்கும் பயந்து விடுகிற ஆள் இல்லை. ஏனோ உடனடியாக ஒரு நாள் தூக்கிப் போட்டுவிட்டது. அதற்கடுத்து யாரிடமும் ஒரு வார்த்தை பேச வில்லை. தனக்குத் தானே பேசியபடி அந்தக் கீரைத் தோட்டத்தில் குறுக்கும் நெடுக்குமாக அலைந்துகொண்டே இருக்கும்'' என்றான். அவன் பெருமூச்சு விடும் சத்தம் எனக்கு இரைச்சலாய் மூளைக்குள் கேட்டது.

அவன் திடீரென குலுங்கி அழுதபடி அவனது கதையைத் திரும்பவும் சொல்ல ஆரம்பித்தான். அதற்கடுத்து அவனது சின்ன அக்காவுக்குச் சித்தம் கலங்கியிருக்கிறது. அடுத்தது வரிசையாய் அவனுடைய அம்மாவுக்கும் இன்னொரு அக்காவுக்கும் சித்தம் கலங்கியிருக்கிறது. இவன் மில் வேலைக்குப் போய் மூன்று பேரையும் காப்பாற்றப் போராடியிருக்கிறான். சொத்து அம்மா பெயரில் இருந்தாலும் மன நலம் தப்பியவர் என்பதாலும் சொத்தை விற்க முடியவில்லை. ஒரிஜினல் பத்திரத்தைக் கொடுத்தால் சில கோடி ரூபாயைக் கொடுப்பதற்குச் சிலர் தயாராக இருந்திருக்கிறார்கள். அந்தப் பத்திரம் அவனது அம்மாவிடம் இருந்திருக்கிறது. அதை அவரிடமிருந்து எடுப்பது என்பது ஒரு போரை நடத்துவதற்குச் சமமானது என்றான். பதினைந்து கோடி ரூபாய் அனாதையாக ரேஸ் கோர்ஸ் சாலையில் கிடந்தது. இவன் மில் வேலைக்கும் போய்க் கொண்டிருந்தான்.

அந்தப் பதினைந்து கோடி ரூபாயை அபகரிக்க லோக்கல் கவுன்சிலர் ஒருவர் குறி வைத்து இருந்திருக்கிறார். அடிக்கடி நிலத்தை வளைத்துப் போட அவர்கள் உள்ளே நுழையும் போதெல்லாம் பைத்தியங்கள் எல்லாம் சேர்ந்து அந்தப் பக்கத்திலிருந்து கற்களை வீசும். அவர்கள் இந்தப் பக்கத்திலிருந்து வீசுவார்கள். சில நேரங்களில் பைத்தியங்களுக்கு ரத்தக் காயம் ஏற்பட்டுவிடும். ''நான் காயங் களுக்கு மருந்து வைக்கும்போது என் வயிற்றில் எக்கி உதைப்பார்கள். ஒருத்தருக்கு மருந்து போட்டுக் கொண்டிருக்கும்போது இன்னொருத்தி கடிப்பாள். எனக்கு உடனே செத்துப் போக வேண்டும்போல இருக்கும். ஒரு கட்டத்தில் வேலைக்குப் போக முடியவில்லை. நிலத்தைக் காட்டி நிறைய பேரிடம் கடன் வாங்கிச் சாப்பிட்டோம். அங்கே இருந்தால் எனக்கும் பைத்தியம் பிடித்து விடும்போல் தோன்றியது'' என்றான்.

நான் அமைதியாக அவனது கண்களையே பார்த்துக் கொண்டிருந்தேன். அவனது கலங்கிய கண்களில் பௌர்ணமி நிலவு ஆடியது. அவன் அனிச்சையாய் அடுத்த இழுப்புக்கான

சிகரெட்டைத் தயார் செய்தபடி பேச ஆரம்பித்தான். அதற்கடுத்து அவனுக்கும் மிரட்டல்கள் வந்திருக்கின்றன. எப்படியாவது அந்த இடத்தில் இருந்து தப்பிக்க வேண்டும் என நினைத்தேன் என்றான். அவனுடைய தோழன் ஒருவன் சொத்தை விற்பதற்கு ஒரு யோசனை சொல்லியிருக்கிறான். அதன்படி சம்பத் அவனுடைய பைத்தியங்கள் அத்தனை பேரையும் ஒன்றாக அறைக்குள் பூட்டி வைத்து, சோற்றில் விஷம் வைத்துக் கொடுத்திருக்கிறான். அவனுடைய அம்மா ஒரு காலத்தில் வாங்கி வைத்திருந்த சாணிப் பவுடர் மருந்தைதான் சோற்றில் கலந்திருக்கிறான். பைத்தியங்கள் துடித்து அடங்குகிற வரை பார்த்துக்கொண்டு அமர்ந்திருக்கிறான். விஷம் குடித்தால் என்னவாகும் என்றேன் நான். ''மூக்கில் இருந்து மெல்லிய கோடாய் ரத்தம் இறங்கும். ஆனால், என்னுடைய அம்மாவுக்கு அப்படி வரவில்லை'' என்றான். அந்தக் காட்சியைப் பார்த்த அடுத்த கணத்தில் இவனுக்கும் மெல்லியதாய்ச் சித்தம் பாதித்துவிட்டது. அதை அவனது வாயால் சொல்லவில்லை என்றாலும் எனக்குப் புரிந்தது.

பேருந்து நிலையத்திற்கு வந்தவன், ஒரு வாரம் போய்விட்டு வரலாமென பழனிக்கு வந்தவன், மேலே போகப் பயந்துகொண்டு அடிவாரத்திலேயே தங்கிவிட்டான். வந்து ஒரு வருடத்திற்கும் மேல் ஆகிவிட்டது என்றான். கையில் கொஞ்சம் காசு இருந்ததால் இங்கேயே மலிவான அறை ஒன்றை எடுத்துத் தங்கிவிட்டான். ''எனக்கு ஒரு உதவி செய்ய முடியுமா?'' என்றான். என்ன செய்ய வேண்டும் என்றேன். ''என்னை மலைக்கு மேலே அழைத்துப் போக முடியுமா? என்னால் வின்ச்சில் போக முடியாது. படியேறவும் முடியாது. என்னோடு நீ வந்தால் உன் மடியில் முகத்தை அழுத்தி மூடிக்கொண்டு இறுகப் பற்றி மேலே போய்விடுவேன். அப்படி அழைத்துப் போக எனக்கு யாரும் இல்லை'' என்றான்.

அவனது கதையைக் கேட்ட உந்துதலினாலும் எனக்கும் துணை வேண்டும் என்கிற காரணத்தினாலும், உடனடியாக அவனை மறுநாள் காலை அழைத்துப் போக ஒத்துக்கொண்டேன். அவன் மறுபடியும் முழு நிலவில் மூழ்கிப் போனான். பின்னர் திடீரென தன்னைச் சாவு துரத்துவதாகச் சொன்னான். அதற்கு உதாரணமாக ஒரு சம்பவத்தைச் சொல்லவும் செய்தான். ஒரு முறை என்னுடைய கல்லூரி நண்பர் களைத் தற்செயலாக அடிவாரத்தில் வைத்துப் பார்த்தேன். கோயிலுக்கு மலை ஏறிய பிறகு, அவர்களது காரை இரவல் வாங்கிக்கொண்டு நீண்டநாள் கழித்து ஒரு ரெய்டு போனேன். ஒரு திருப்பத்தில் சில விநாடிகளுக்கும் குறைவான நேரத்தில் பெரும் விபத்திலிருந்து தப்பித்தோம். அந்தச் சம்பவத்தை மீண்டும் சொன்ன சம்பத், சாவு அன்றைக்குக் குறி வைத்தது. அப்படி ஒரு சம்பவம்

நடக்கப் போகிறதென்று எனக்கு முந்தைய நாளே தெரியும் என்றான். சித்தம் தப்பியவனிடம் வேறென்ன எதிர்பார்க்க முடியும் என்று எனக்குத் தோன்றியது.

''தப்பித்து விட்டாய்தானே, பிறகென்ன? ஒரு வேளை அது உனக்கு வைக்கப்பட்ட குறியாகக்கூட இருக்கலாம் அல்லவா?'' என்றேன், அவனைத் தேற்றும் விதமாக. ''இருக்கலாம்'' என்றான். எனக்குத் திக்கென இருந்தது. சாக்கடைச் சித்தர் மாதிரி இவன் வார்த்தை சக்தி இருப்பவன் மாதிரி மட்டும் இருந்துவிடக் கூடாது என நினைத்துக் கொண்டு உடனடியாக மலையைப் பார்த்தேன்.

வின்ச்சில் ஏறிய நொடியிலிருந்து அவன் பதற்றமடைய ஆரம்பித்தான். வண்டி மேலேற மேலேற அவன் அடி வயிற்றைக் கவ்விப் பிடித்து கத்த ஆரம்பித்தான். பின்னால் திரும்பிப் பார்க்காதே என அவன் தலையைப் பிடித்துத் திருப்பினேன். யாரும் உதவிக்கு வரவில்லை. அவன் விடாப்பிடியாகப் பின்னால் திரும்பிப் பார்த்தான். முகமெல்லாம் ரத்தச் சிவப்பு பொத்துக்கொண்டு வந்தது. மூக்கில் இருந்து ரத்தம் வடிந்தது. அப்படியே சரிந்து என் மடியில் விழுந்து அரற்றிக்கொண்டே இருந்தான். ''இந்தப் பத்திரத்தை கோயில் உண்டியலில் போட்டு விடு'' என்றான். அவன் மடியில் சரிந்து விழுந்ததைப் பார்த்துவிட்டு வண்டியைப் பின்பக்கமாகவே பாதுகாப்பாகக் கீழே இறக்கினார்கள். வண்டி கொஞ்ச தூரம் மேலேறுவதற்கு முன்பாகவே சம்பத் சரிந்து விழுந்திருந்தான். சம்பத்தை சக பராரிகளின் உதவியோடு கொண்டுபோய் எரித்தேன்.

அந்தப் பத்திரத்தை மேலே கொண்டுபோய் உண்டியலில் போட வேண்டும். சம்பத் செத்த பிறகுதான், சாவு என்னைத் துரத்தவில்லை என ஆசுவாசமடைந்தேன். வாழ வேண்டுமென்கிற ஆசை எனக்கு நீண்ட காலம் கழித்து முதன்முறையாக அப்போது வந்தது. ஆனால், தனியாக மலை மீதேற முன்பைக் காட்டிலும் அதிக பயம் வந்து விட்டது. எனக்கும் துணைக்கு ஆள் இல்லை. முருகன் துணைக்கு வருவான் என்கிற நம்பிக்கையும் அந்த நேரத்தில் இல்லை. அந்தப் பத்திரம் கனமாக மடியில் கிடந்தது. பதினைந்து கோடியென்றால் சும்மாவா? கனக்கத்தானே செய்யும்? இந்தப் பதினைந்து கோடி அப்பாவின் அஸ்தியைவிட கனமாக இருந்தது. எனக்கு டெய்ஸியைப் பார்க்க வேண்டும்போல இருந்தது. சின்னதாய்ப் பத்திரம் குறித்த சபலம் வந்தடங்கியது. ஒரு நொடி வந்த பிறகு உடனடியாக அந்தச் சிந்தனை மின்னல் வேகக் காட்சிபோல மறைந்தும் போனது. அந்தச் சிந்தனையைப் பின்னோக்கிப் போய் பிடிக்க அந்த இரவு முழுவதும் முயற்சி செய்துகொண்டே இருந்தேன். என்னைப் போலவே

அவனுக்கும் சொத்துதான் துயரம். வழியிருந்தும் வாழத் தெரியாதவர்கள் நாங்கள். அம்மா, அப்பாவுக்குச் சொன்ன மாதிரி மலையேறிவிட்டால் எல்லாம் சரியாகிவிடும். டெய்ஸியை அழைத்துக்கொண்டு மலையேற வேண்டும் என நினைத்துக் கொண்டேன். ஏதோ ஒரு பாரம் இறங்கத் துடிப்பதுபோல தோன்றியது.

10

ஒரு நாள் டெய்ஸி அவசரமாக நுங்கம்பாக்கத்தில் உள்ள ஒரு ஃப்ளாட்டிற்கு என்னை வரச் சொன்னாள். அது அவளுடைய தோழியினுடையது. நான் போனபோது கதவைத் திறந்த டெய்ஸி, பிங்க் நிற இரவு உடையில் நின்று கொண்டிருந்தாள். கலர் செய்யப்பட்ட முடியைத் தூக்கிக் கொண்டை போட்டிருந்தாள். ஒரு கற்றை முடி மட்டும் நெற்றியில் கிடந்தது. அந்தத் தோற்றத்தில் அவள் பாலியில் உள்ள இந்துப் பெண்களைப்போல இருந்தாள். இதே தோற்றத்தில் உள்ள அரேபியப் பெண்ணுடன் கறுப்பர் ஒருவர் ஆவேசமாக உடலுறவு கொள்ளும் வீடியோவைப் பார்த்த ஞாபகம் வந்தது. அந்த வீடியோவில் அந்த நபர் படுத்திருப்பார். அவர் படுத்திருக்கும் கட்டிலுக்கு நேர் அறையில் உள்ள குளியலறைக் கதவு திறக்கும். அந்தப் பெண்ணின் முகத்தைக் காட்ட மாட்டார்கள். அந்தப் பெண்ணும் அப்படிதான் பிங்க் நிற இரவு உடையை அணிந்திருப்பார். மெல்ல கட்டிலின் மேல் ஏறி வரும் அந்தப் பெண் படுத்திருப்பவரை எழுச்சி கொள்ளச்செய்து உறவு கொள்வார். எனக்கு அந்த உறவு கொள்கிற காட்சிகளைவிட அந்தப் பெண்ணின் தோற்றம் ரொம்பவும் பிடித்துப் போனது. அந்தப் பெண் உறவின் உச்சகட்ட நிலையிலும்கூட கறுப்பு ஃப்ரேம் போட்ட செவ்வக வடிவக் கண்ணாடியைக் கழற்றவே இல்லை. அது அந்தப் பெண்ணின் முகத்திற்கு எடுப்பாக இருந்தது. அதே மாதிரி ஒரு கண்ணாடியை டெய்ஸிக்கு வாங்கித் தரவேண்டும் என்றுகூட சில தடவை நினைத்திருக்கிறேன். காரணம் கேட்டால், இதைச் சொல்ல முடியும் என தெரியவில்லை.

அவள் வழக்கத்தை மீறி என் கைகளைப் பிடித்து அழைத்துச் சென்றாள். அந்த உள்ளங்கை ஒன்றில், கஞ்சாவைக் கசக்கியதற்கான சிறு துகள்கள் ஒட்டிக் கிடந்தன. அவள் எப்போதும் அப்படிதான். கஞ்சாவை கிரஷ் செய்வதற்கு சின்னதாக ஒரு அரைக்கும் எந்திரம் இருக்கிறது. ஆனால், அதை அவள் பயன்படுத்தவே மாட்டாள். கேட்டால், உள்ளங்கைகளில் கசக்கும்போதுதான் உடல் சூடும் சேர்ந்து அது ஒரு விதமான மிக்ஸிங்காக இருக்கும் என்பாள். என்ன லாஜிக்கோ? அவள் என்னருகில் இருந்த நாற்காலியில் அமர்ந்து கொண்டு உன்னிடம் பேச வேண்டும்போல இருந்தது என்றாள்.

''உங்க அம்மா எப்படியிருக்காங்க?'' என்றாள் அவளாகவே.

''நன்றாகயிருக்கிறார்கள்'' என்றேன் நான்.

''என் வீட்டில் பெரிய பிரச்சினையாகி விட்டது. என்னுடைய அப்பாவுக்குநான் இப்போதும் போதை அடிக்கிற விஷயம் தெரிந்துவிட்டது. முகத்தில் விழிக்கக் கூடாதென எல்லோரிடமும் சொல்லியிருப்பார்போல. போய்ச் சேர்ந்தால் சேர்ந்திடலாம். மன்னித்து ஏற்றுக் கொள்ளவும் செய்வார்கள். ஆனால், நான் என்ன தப்பா செய்கிறேன். எனக்கு இது பிடித்திருக்கிறது. அதனால் செய்கிறேன். இப்படியே கொஞ்ச நாள் இருக்கலாம் என்று தோன்றியதால் நானும் சரியென்று சொல்லி விட்டேன்'' என்று சொல்லிக்கொண்டே ரோலிங் பேப்பரை லாகவமாகச் சுற்ற ஆரம்பித்தாள். நான் அவளது குடும்பம் குறித்த சித்திரத்தை மனதிற்குள் வரைந்து பார்த்தேன். அவளுடைய கதை எனக்கு முழுமையாகத் தெரியாது. அதை அவள் சொன்னதும் இல்லை. ஆனாலும், என்னுடைய சித்திரத்தில் அந்தக் குடும்பத்தின் வீட்டு வரவேற்பறை தெரிந்தது. அதில் கூட்டமாக இருந்தார்கள். நான் தனிமை விரும்பிதான். என்றாலும் எனக்கும் அண்ணன் தம்பி அக்காக்கள் இருந்தால் நான் இப்படித் தனியனாய் அலைய வேண்டியிருக்காது என்று தோன்றியது.

அவள் ஆறுதல் எதையும் எதிர்பார்க்கவில்லை என்பது புரிந்தது என்பதால் அமைதியாக இருந்தேன். அவளுக்கே கவலை இல்லாத ஒரு விஷயத்தில் நாம் போய் ஏன் மூக்கை நுழைக்க வேண்டுமென அசிரத்தையாக இருந்தேன். அவள் என்னருகில் நாற்காலியை இழுத்துப் போட்டு அமர்ந்தாள். எனக்கு அந்த அரேபியக்காரி நினைவிற்கு வந்தாள். எழுந்து பாய்ந்து கட்டிப் பிடித்தபோது என்னை மெதுவாகத் தள்ளிவிட்டு, ''It's My Day'' என்றாள். ''Sure'' என்றேன் நான்.

கட்டிலில் என்னைச் சாய்ந்துகொள்ளச் சொன்னாள். அந்தக் குறிப்பிட்ட வீடியோவை அவளும் பார்த்திருப்பாளோ? எனது இடப் பக்கமாய் அமர்ந்து என் சட்டைப் பொத்தான்களை அவிழ்த்தாள். மெல்ல மேலேறி என் மார்புக் காம்புகளை வலிக்காத மாதிரி கடித்தாள். நான் அவள் தலையை மார்போடு சேர்த்து இறுக அணைத்தேன். அவள் மூச்சு முட்டக் கடித்தாள். மெதுவாக மார்பிலிருந்து கீழே முத்தங்களுடன் நகர்ந்து, வயிற்றைக் கடித்தாள். என் பெல்ட்டுகளைக் கழற்றியவள் நான் பேன்ட்டைக் கழற்ற முயன்றபோது கையைத் தட்டிவிட்டு எழுந்துவிட்டாள். படக்கென எழுந்து எதிரே உள்ள நாற்காலியில் விறுவிறுவென போய் அமர்ந்தாள். நான் ஏமாற்றமடைந்தேன். என் உடல் எழுச்சியைக் கட்டுக்குள் கொண்டுவர சில நிமிடங்கள் பிடித்தன.

''என்ன ஆனது?'' என்றேன் நிதானத்துடன்.

''உடலுறவு குறித்த என்னுடைய சிந்தனைப் புள்ளி அறுபட்டு விட்டது'' என்றாள் தெளிவான குரலில். நான் அதை உண்மை என்றே நம்ப விரும்பினேன். சரியென்று முழு மனதுடன் தலையாட்டினேன். அவள் ஓடி வந்து என் மார்பில் நான் அன்றைக்கு ஒட்டிக் கிடந்ததைப் போல ஒட்டிக்கொண்டாள். எதிர்பார்த்து இருந்ததற்கு மாறாகப் பெருந்தன்மையுடன் நடந்துகொள்வதும் பழி வாங்கும் உணர்ச்சி தான். அதுவும் பரிசுத்தமானதுதான் என நினைத்துக் கொண்டேன். எதற்காக அப்படிச் செய்தாள் என்பதை ஏதாவதொரு சந்தர்ப்பத்தில் உங்களுக்கு மறுபடியும் சொல்கிறேன். நான் முதன்முதலாக அவளது உடலைத் தரிசித்த கணத்தில் அது நிகழ்ந்தது.

அவள் அன்றிரவு முழுக்க என் மார்பில் படுத்துக்கொண்டு அவளது கதையை அவளுக்குத் தோதான கனத்துடன் சொன்னாள். ஒரு அரசு உயரதிகாரி குடும்பத்தில் போதையடிமையாக இவள் மாறிப் போன கதையைச் சொன்னாள். அவளது குடும்பம் சண்டிகரில் பெரிய குடும்பம். சுதந்திரம் கொடுப்பது என்றால் என்ன என்பதை அந்தக் குடும்பத்தில்தான் கற்றுக் கொள்ளவேண்டும். அப்படியொரு மிதமிஞ்சிய சுதந்திரம். அதுவே ஆபத்தாக மாறிவிட்டது என்கிற வழக்கமான டயலாக்கை நான் என் வாயால் சொல்லவே மாட்டேன். இது சத்தியம். இவளுக்குச் சின்ன வயதிலேயே அவளுடைய அத்தை பையன் வழியாக இந்தப் போதைப் பழக்கம் வந்து சேர்ந்திருக்கிறது. அவள் எட்டாம் வகுப்பு படிக்கும்போது துடுக்குத்தனமாக இருப்பாளாம். அவளுடைய அத்தை பையன் இவளை விட பதினைந்து வயது மூத்தவன். இவளது குடும்பத்தினர் இல்லாத நேரமாகப் பார்த்து அவன் வீட்டிற்கு வருவானாம். அவளைப்

பயன்படுத்திக்கொள்ள இந்தப் போதைப் பழக்கத்தைப் பழக்கி விட்டிருக்கிறான். ஒரு கட்டத்தில் இவளே தனியாகப் போய் வாங்கும் அளவுக்கு வந்துவிட்டாள். இந்தக் கதையை அவள் கவனமாக என்னிடம் சொன்னாள். அத்தை பையன் பாலியல் தேவைகளுக்காக அவளைப் பயன்படுத்திக் கொண்டான் என்று எந்த இடத்திலும் வெளிப்படையாகச் சொல்லவில்லை. ஆனால், புரியும்படி சொன்னாள். டெய்ஸியைப் பொறுத்தவரை மொழியைக் கையாளும் விஷயத்தில் அவளை அடித்துக்கொள்ள ஆள் கிடையாது. எழுதும்போதும் சரி, பேசும்போதும் சரி அவளது ஆங்கிலம் முதிர்ச்சி யாக இருக்கும். அவளைப் பேசவிட்டு நான் கேட்டுக் கொண்டிருப் பதற்கு இன்னொரு காரணமும் இருக்கிறது. அவள் பயன்படுத்தும் வார்த்தைகளை என் மனதிற்குள்ளாகக் குறித்துக் கொள்வேன். அது எனக்குப் பல இடங்களில் பயன்படவும் செய்திருக்கிறது. எதையும் அவள் கச்சிதமான வார்த்தைகளில் சொல்வாள். அவளுடைய வாழ்க்கையையும் அவள் கச்சிதமான வார்த்தைகளில்தான் சொன்னாள். இரண்டொரு சந்தர்ப்பங்களில் மட்டும் அவளுடைய வாழ்க்கை குறித்துச் சொல்லியிருக்கிறாள். அதிலும் அளவெடுத்துத் தைத்த சட்டைபோல நறுக்கென்றுதான் சொன்னாள்.

அவள் பன்னிரண்டாம் வகுப்பு படிக்கும்போது மாத்திரைகளை எடுத்துக்கொள்ள ஆரம்பித்திருக்கிறாள். கண்களில் சோர்வோடு அலையும் போதெல்லாம் வீட்டில் கேள்வி கேட்பார்களாம். தூக்கம் இல்லை என்று சொல்லித் தப்பித்துக் கொண்டிருக்கிறாள். ஆனால், ஒரு முறை அவளது வீட்டிற்கு வந்த உறவினரான டாக்டர் ஒருவர் அவள் மாத்திரை எடுத்துக் கொள்வதைக் கண்டுபிடித்துவிட்டார். பத்து நாட்கள் மருத்துவமனையில் வைத்திருந்து அதிலிருந்து மீட்டெடுத்து அனுப்பி வைத்திருக்கிறார்கள். அதற்கடுத்துக் கொஞ்ச நாள் இதை விட்டிருக்கிறாள். மறுபடியும் எப்படி ஆரம்பித்தாய் என்று நான் கேட்டபோது அவள் தயக்கத்துடன் சொன்னாள். ''மருத்துவமனையில் இருந்த பிறகு எனக்கு மாத்திரை போட வேண்டும் என்று தோன்றவில்லை. என் அத்தை பையனுடன் படுக்கவேண்டும் என்று தோன்றியது. என்னைப் பொறுத்தவரை அந்தப் பொறுக்கியுடன் படுப்பதைவிட இது எவ்வளவோ தேவலை என்பதால் இதைத் தேர்ந்தெடுத்தேன். அது என்னைப் பல இடங் களுக்கு எடுத்துச் சென்றுவிட்டது'' என்றாள்.

ஆனால், இரண்டாம் முறை அவள் போதையில் திரும்பி விழுந்ததை யாருக்கும் தெரியாமல் கவனமாகப் பார்த்துக் கொண்டிருக்கிறாள். அதுதான் போதையின் உச்ச நிலை. உள்ளுக்குள் உறைந்து எதையும் வெளியில் காட்டிக் கொள்ளாமல் இருக்கும் உச்ச நிலை. டெய்ஸி

அதில் நிலைத்து விட்டாள். இருந்தாலும் அவளை நோக்கிக் கேள்விகள் வந்தபடியேதான் இருந்திருக்கின்றன. அதிலிருந்து தப்பிப்பதற்காக அவள் சென்னையில் உள்ள இன்ஜினியரிங் கல்லூரிக்குப் படிக்க வந்துவிட்டாள். அதிலும் அந்தக் கல்லூரி போதை வஸ்துக்களுக்கு புகழ் பெற்ற கல்லூரி. கேட்கவா வேண்டும்? அவள் ராஜ்ஜியத்தில் அவள் ராணி. எத்தனையோ மெய்க் காப்பாளர்கள் அவளுக்கு இருக்கிறார்கள். தோழி என்கிற பெயரில் அவளுக்கு நிறைய சேவகிகளும் இருக்கிறார்கள். அப்படி ஒரு சேவகி வழியாக எனக்குப் பழக்கமாகி, இதோ இந்த ராஜாவின் மடியில் படுத்துக் கொண்டிருக்கிறாள்.

''போதை எனக்கொரு விடுதலை உணர்வைத் தருகிறது. வீட்டில் எனக்கு எந்தக் குறையும் இல்லை. எனக்கு பணம் வேண்டுமென்றால் யாரிடமும் கேட்கக் கூட தேவையில்லை. கப்போர்டில் இருக்கும். வேண்டும் அளவுக்கு எடுத்துக் கொள்வேன். அப்பாவுக்குலஞ்சப் பணம் லட்சக்கணக்கில் வரும். அதை எண்ணுவதே குடும்பத்தில் பெரிய வேலையாக இருக்கும். அம்மாவுக்கு இதிலெல்லாம் ஆர்வம் இல்லை. மற்ற என்னுடைய தோழிகளைப்போல பணத்தை வைத்துக்கொண்டு ஊர் சுற்றவும் ஆர்வம் இல்லை. நிறைய படிப்பேன். போதையடித்துவிட்டுப் படிப்பது எனக்கு ரொம்பவும் பிடிக்கும். இந்த வாழ்க்கை எனக்கு பிடித்திருக்கிறது. இதில் நான் லயிக்கிறேன். உன்னைப்போல குற்றவுணர்வைப் புதைத்துக் கொள்கிற இடமாக நான் இதைப் பார்க்கவில்லை. நானும் இந்த போதையும் வேறு வேறானது இல்லை. எப்போதோ ஃப்ரெண்ட் ஆகிவிட்டோம்'' என்றாள் நிதானமாக.

பிறகு அவளே மறுபடி பேசினாள். ''குற்றவுணர்ச்சியோடு நீ இதை அணுகுவதால் இதிலிருந்து துண்டித்துக்கொள்ள உனக்கு வாய்ப்பிருக் கிறது. ஆனால், எனக்கு வாய்ப்பில்லை. அந்த வாய்ப்பைப் பற்றி சிந்திக்கக்கூட நான் தயாராகவில்லை. அதனால்தான் உன்னை தனியாக பறக்கச் சொல்கிறேன்'' என்று சொன்ன அவள் என்னை இன்னும் இறுக்கமாகக் கட்டிப் பிடித்துக்கொண்டாள். நானும் அவளை இறுக அணைத்துக்கொண்டு அவளைப் பற்றி யோசித்தேன். எல்லாம் பாதுகாப்பாக இருக்கும் ஒரு வீட்டில் பிறந்த இவள் ஏன் திசை தெரியாத மலைப் பறவையாய் ஆகிப் போனாள்? இந்தச் சின்ன வயதிலேயே அப்படியென்ன வெற்றிடம் வந்துவிட்டது? என்ன ஆனாலும் இவளை மீட்டெடுப்பது என்கிற முடிவுக்கு வந்தேன். என்னை மீட்டெடுக்கும் கரங்கள் யாருடையனவையாக இருக்கும்? அம்மாவை யோசித்தேன். அழுகையாக வந்தது.

11

எங்கள் குழுவின் பொது ஜாயின்ட் திருவான்மியூர் பீச். பெரும் பாலும் காரை விட்டு இறங்குவதில்லை. நண்பர்கள் என்னென்னவோ இசை கேட்பார்கள். ஆனால், எனக்கு சில காலங்களாக சந்தோஷ் நாராயணனின் இசை பிடித்திருக்கிறது. அவருடைய பாடல்களின் பின்னணியில் ஒரு மெல்லிய ஒப்பாரி இருப்பதாக எனக்குப் பட்டது. அதனால் பெரிதாக என்னோடு ஒட்டிக்கொண்டார். நான் திரும்பத் திரும்ப அவருடைய பாடல்களை ஒலிக்க விட்டுக் கேட்டுக்கொண்டே இருப்பேன். அதே மாதிரி திரைப்படப் பாடலாசிரியர் நா. முத்துக்குமாரையும் பிடிக்கும். 'பறவையே எங்கு இருக்கிறாய். பறக்கவே என்னை அழைக்கிறாய். தடயங்கள் தேடி வருகிறேன்' என்கிற வரிகள் எனக்காகவே எழுதப்பட்டிருப்பதுபோல தோன்றும். எங்கள் குழுவில் சொல்லி வைத்தாற்போல எல்லோருக்கும் அவரைப் பிடிக்கும். ஒரு முறை தெரிந்து கொள்வதற்காக, ஏன் அவரை உனக்குப் பிடிக்கிறது என நண்பன் ஒருவனிடம் கேட்டேன். அவர் கொஞ்சம் யோசிக்கிற மாதிரி வரிகளை எழுதுவார் என்றான். கல்லறை மேலே பூக்கிற பூக்கள் கூந்தலைப் போய்த் தான் சேராதே என்கிற வரிகளை அதற்கு உதாரணமாகச் சொன்னான் அவன்.

ஒரு தடவை போதையில் அவர் தொலைபேசி எண்ணை வாங்கிப் பேசினோம். எந்த பந்தாவும் இல்லாமல் எல்லோரிடமும் ஃபோனைக் கொடுக்கச் சொல்லிப் பேசினார். அவரைப் போய்ப் பார்க்க வேண்டும் என்று சொல்லிக்கொண்டே இருப்போம். அவரை நேரில் போய்ப் பார்த்ததால் தன்னுடைய வாழ்க்கையே மாறி விட்டதாக ஒரு நண்பன் சொன்னான்.

பிரதீப் என்கிற அந்த நண்பனுக்கு லுக்கேமியா வந்துவிட்டது. இனி செத்துவிடுவாய் என மருத்துவர்கள் சொல்லிவிட்டார்கள். வீட்டிற்குள் அமர்ந்து இருக்கிற நாட்களை போதையில் கழிக்கலாம் என அதில் மூழ்கியிருந்திருக்கிறான். அப்படிதான் எங்கள் குழுவிலும் சில நாட்கள் விருந்தாளியாக வந்து தங்கியிருந்தான். அவரது ஏதோ ஒரு பாடல் அவனுக்குள் நம்பிக்கையை விதைத்துவிட்டது. அவரைப் போய் நேரில் பார்த்திருக்கிறான். ஏதோ நம்பிக்கை வார்த்தைகள் பேசியிருப்பார் போல. உடனடியாக போதையை விட்டுவிட்டான். ரத்தப் புற்று நோய் பற்றி அதற்கடுத்து நிறையப் படித்திருக்கிறான். லுக்கேமியாவின் முதல் ஸ்டேஜில் இருந்ததால் மாத்திரைகளின் வழியாகவே உயிர் வாழ்ந்துவிட முடியும் என்பதைக் கண்டுபிடித்திருக்கிறான். இத்தனைக்கும் பல மருத்துவர்களுக்கே இந்த விஷயம் தெரியவில்லை என்று சொன்னான். அப்படிதான் மதுரையில் உள்ள ஒரு சின்ன மருத்துவமனையில் இப்படி முதல் ஸ்டேஜில் இருந்த பையன் ஒருவனிடம், நீ செத்து விடுவாய் என்று விவரம் தெரியாமல் அந்த மருத்துவர் சொல்லியிருக்கிறார். அந்தப் பையன் வீட்டுக்குப் போன கையோடு தூக்கிட்டுத் தற்கொலை செய்துகொண்டான். அந்தச் சம்பவம் தன்னை அதிகமாகப் பாதித்ததாக பிரதீப் சொன்னான். அதற்கடுத்து அவன் முற்றிலும் போதையில் இருந்து வெளியேறி, இது மாதிரி லுக்கேமியா பாதிக்கப்பட்டவர்களுக்கு விழிப்புணர்வு தரும்படியான தொண்டு நிறுவனம் ஒன்றை ஆரம்பித்தான். தன் வாழ்வை அதற்காக அர்ப்பணித்திருக்கிறான் என்பதால் அவனை எல்லோரும் மரியாதையாக அணுகுவோம். ஒரு தடவை அவன் என்னைப் பார்க்க வந்தபோது, ''உன்னை மீட்டெடுத்தது மாத்திரைகளா, அவரது வரிகளா?'' என்று கேட்டேன். ''ஆதரவான வார்த்தைகளும் அவர் கொடுத்த ஆழமான நம்பிக்கைகளும்'' என்றான். எனக்கான ஆதரவான வார்த்தைகளையும் அவன் சொன்னான். ஆனால், அதையெல்லாம் காதில் போட்டுக்கொள்ளும் நிலையில் அப்போது நான் இல்லை.

அறிவுரைகள் எதையும் கேட்கப் பிடிக்காத குழுவில் இருப்பவனிடம் அவன் வேறு எதை எதிர்பார்த்து விட முடியும்? ஒரு குழுவாய் திருவான்மியூர் கடற்கரையிலிருந்து கிளம்பி பெசன்ட் நகரில் வந்து அமர்ந்து கொள்வோம். டெய்ஸி ஹோண்டா சிவிக் காரில்தான் வந்து இறங்குவாள். நான் அப்போது எல்.எஸ்.டி. எடுத்துக் கொண்டிருந்தேன். அமைதியாக எல்லோர் தட்டிலும் உணவு ஐயிட்டங்களைப் பரிமாறுவேன். டெய்ஸி அதைக் கூர்ந்து

பார்த்துக்கொண்டு இருப்பாள் என்பது எனக்குத் தெரியும். ஒரு நாள் என்னை ட்ரைவ் போகலாமென அழைத்தாள். நாங்கள் கிளம்பிப் போகையில் நிறைய விஷயங்கள் பேசினோம். காரை அவள்தான் ஓட்டினாள். உனக்கு ஓட்டத் தெரியுமா என்றாள். நான் இல்லை யென்றேன். அவள் தான் காரோட்டிப் பழகிய அனுபவத்தைச் சொன்னாள். அவள் எட்டு வயதிலிருந்து கார் ஓட்டிக் கொண்டிருக் கிறாள். காரிலேயே மேக் அப் போட்டுக் கொள்வாள். எஸ்.எம்.எஸ். டைப் செய்துகொண்டே சாதாரணமாக ஓட்டுவாள். அவள் எந்தப் போதையிலும் துல்லியத்தைத் தவறவிட மாட்டாள். அவ்வளவு கவனமாக என்றேன். ''தேவையில்லாமல் ஆக்சிடெண்ட் ஆகி விட்டால் போலீஸூம் வரும். போதையில் ஆளைக் கொன்ற பெண் என நாறடித்து விடுவார்கள். அந்த அடியாழத்து பயம்தான் கவனமாக இருக்கச் சொல்கிறது'' என்றாள். நான் அவளது கதை குறித்து அந்தச் சந்தர்ப்பத்தில் எதையும் விளக்கமாகக் கேட்கவில்லை. அவ்வப் போது நண்பர்களிடமிருந்து கொஞ்சம் அவளைப் பற்றிய தகவல் களைத் திரட்டி வந்திருக்கிறேன். அவள் தன்னுடைய குடும்பத்திடம் பேசுவதே இல்லை என்றார்கள். ஆனால், பணம் எப்படி அவளுக்கு வருகிறது என்பதை யோசிக்கையில் ஆச்சரியமாக இருந்தது.

எங்கள் குழுவில் திடீரென வித்யா என்கிற பெண் வந்து சேர்ந்தாள். அவளது உடைகளைப் பார்க்கும்போதே, அது அவளுக்கு செட் ஆகவில்லை என்பது நன்றாகத் தெரிந்தது. ஜீன்ஸூக்கு கொலுசு போட்டிருந்தாள். அவளை வலுக்கட்டாயமாக யாரோ இதற்குள் பிடித்து இழுத்து வந்திருக்கிறார்கள் என்று தெரிந்தது. விசாரித்துப் பார்த்தேன். அடையாறு சத்யா நகரைச் சேர்ந்த பெண். வாழ்க்கையில் கொஞ்சம் மேலேற வேண்டும் என்று நினைத்து இதில் குதித்துவிட்டாள். அப்பா ஆட்டோ ஓட்டுகிறார். நான் நண்பர்களை எச்சரித்தேன். அந்தப் பெண்ணின் வீட்டில் சொல்லி, அவளை மருத்துவமனையில் சேர்த்தேன். அவள் ஆரம்ப கட்டத்தில் இருந்தாள் என்பதால் சீக்கிரமாகவே மீண்டுவிட்டாள். ''வீட்டுக்கு வாங்கண்ணே, மீன் சாப்பாடு சமைச்சுத் தர்றேன். வெஜிடேரியன்னா சோயா போட்டு குருமா வச்சுத் தர்றேன்'' என்றாள். நான் வருவதாக வாக்களித்தேன். போதை உலகத்தில் பாலியல் பலாத்காரத்திற்கு உள்ளான பெண் என்றெல்லாம் நீங்கள் செய்திகளில் படித்திருப் பீர்கள். பெரும்பாலும் இது போன்ற பெண்கள்தான் இப்படி மாட்டிக் கொள்கிறார்கள். உயர்தட்டுப் பெண்களைப் பொறுத்த வரை அவர்களுக்கு எங்கே கோடு கிழிக்க வேண்டும் என்பது நன்றாகத் தெரியும். அவர்கள் அது மாதிரியான வாய்ப்புகளை

உருவாக்கும் இடங்களுக்குப் போகக் கூட மட்டார்கள். அது தவிர அவர்களுக்கென்று சில நண்பர்களையும் பாதுகாப்பிற்காக வைத்திருப்பார்கள். ஆனால், விவரம் தெரியாத வறுமையில் இருக்கிற பெண்களை மட்டும் மேல்தட்டுப் பையன்கள் பயன் படுத்திக்கொள்வார்கள்.

அதிக விலையுள்ள போதைப் பொருட்களை வாங்கத் திராணி யில்லாத பெண்களைத் தூண்டில் போட்டு மடக்கி விடுவார்கள். அந்தப் பெண்களும் போதைக்காக எதையும் செய்யும் இடத்திற்கு வந்து விடும்போது, எல்லா வேலைகளும் எளிதாகிவிடும். ஆனால், நான் ஒருபோதும் அப்படி எந்தப் பெண்ணையும் நினைத்ததுகூட கிடையாது. காதலில் இருக்கிறேன் என்று சொன்ன பிறகும் செக்ஸ் வைத்துக் கொள்ளாவிட்டாலும், அந்த அஸ்ஸாம் பெண்ணுடன் முதல் தடவையாக இருந்தது மட்டும் எனக்கு எப்போதும் குற்றவுணர்வைத் தோற்றுவித்துக்கொண்டே இருக்கும். அந்தப் பெண் மாதிரியான தோற்றத்தில் யாராவது ரோட்டில் போனாலே அனிச்சையாகத் தலையைக் குனிந்துகொள்வேன். நான் டெய்ஸியிடம் மட்டுமே காய்ந்த மாடுபோல, கம்பங் கொல்லையில் விழுந்தது மாதிரி கிடந்தேன். வித்யாவை நான் மீட்டெடுத்து அவள் வீட்டில் சேர்த்த வரை எல்லாவற்றையும் டெய்ஸி பார்த்துக் கொண்டுதான் இருந்திருப்பாள் போல. ஒரு நாள், ''ஆரம்பத்திலேயே எனக்கொரு ஆள் இப்படி இருந்திருந்தால், நானும் போயிருந் திருப்பேன்'' என்றாள் டெய்ஸி.

அந்தச் சம்பவத்திற்குப் பிறகு டெய்ஸி என்னோடு நெருங்கிப் பழக ஆரம்பித்தாள். நாங்கள் போகாத இடமில்லை. காதலித்தால் மட்டுமே ஒரு பெண்ணிடம் பழகவேண்டும் என்கிற தட்டிலிருந்து நான் வந்திருக்கிறேன். காதலில்லாமலும் நெருக்கமாக, நண்பர் களாகப் பழக முடியும் என்கிற தட்டிலிருந்து அவள் வந்திருந்ததாகக் காட்டிக்கொண்டாள். தமிழ்நாட்டில் அப்படி யாரும் இருக்க முடியாதே? இங்கே பெண்களையும் ஆண்களையும் எங்கே பழக விட்டிருக்கிறார்கள்? கல்லூரியில் கூட தனித் தனியாகத்தானே பல இடங்களில் அமர வைக்கிறார்கள் இன்னமும். வாய்ப்புக் கிடைத்தால் காதல் என்கிற கம்பங் கொல்லையில் காய்ந்த மாடுகள் மேயத்தானே செய்யும். இந்த விஷயத்தில் டெய்ஸி போலியாக நடந்துகொண்டாள் என்றுதான் நான் கணித்தேன் அல்லது கண்களில் காதலைத் தேடிக் கொண்டிருந்தேன். ஒரு சில சமயங்களில் அது மின்னல்போல வந்து மறையும்.

டெய்ஸியை வளைத்துப் போட நிறைய பேர் சுற்றிக் கொண்டிருந் தார்கள். ஒரு நாள் கிழக்குக் கடற்கரைச் சாலையில் ஒரு பங்களாவில்

பார்ட்டி நடந்தது. அன்றைக்கு டெய்ஸி போதையில் லயித்து மிதந்து கொண்டிருந்தாள். ஒரு பையன் அவளது இடுப்பை வளைத்துப் பிடித்துவிட்டான். டெய்ஸி ஓங்கி அவன் கன்னத்தில் அறைந்து விட்டாள். இசையை நிறுத்திவிட்டார்கள். அவனை எல்லோரும் சேர்ந்து அப்புறப்படுத்தினார்கள்.

திரும்பி வரும்போது அவளிடம், ''சாதாரணமாக அந்தச் சம்பவத்தைக் கையாண்டு இருக்கலாமே'' என்றேன்.

''ஆமாம். நீ சொல்வது உண்மைதான். ஆனால், என்னவென்று தெரியவில்லை. நாடகத் தனமாக இப்போதெல்லாம் யோசிக்கிறேன். ஏதோவொன்று நெருங்கி வருவதைப்போல தோன்றுகிறது...'' என்றாள்.

''நன்றாகத் தூங்கு. குறைந்தது ஏழு மணி நேரத் தூக்கம் அவசியம். சாப்பாட்டு விஷயத்தில் நீ எந்தக் குறையும் வைப்பதில்லை. பார்த்திருக்கிறேன். அது நல்ல விஷயம்'' என்றேன்.

''ஆமாம். தூக்கம்தான் மிகப் பெரிய பிரச்சினையாக இருக்கிறது. ஒரே சிந்தனை திரும்பத் திரும்ப வருகிறது'' என்றாள்.

''அது என்ன சிந்தனை?'' என்றேன்.

அவள் கொஞ்சம் நேரம் அமைதியாக சொல்லலாமா வேண்டாமா என யோசித்திருப்பாள் போல. ''அது உனக்குத் தேவையில்லாதது'' என்றாள். நான் சரியென்றேன். ''இந்த விஷயம்தான் உன்னிடம் எனக்குப் பிடித்தது'' என்றாள். அவளுக்குப் பிடித்த குணம் என்பதாலேயே அவளிடம் அதிகப்படியான அவள் குறித்த தகவல்கள் எதையும் கடைசி வரை கேட்கவே இல்லை. அவள் சொன்னதை மட்டுமே கேட்டுக் கொண்டிருந்தேன். ஒரு வேளை டெய்ஸியின் தந்திரமாகக்கூட அது இருக்கலாம். அந்தத் தந்திரத்தைதான் கடைசி வரை என்னிடம் பிரயோகித்துக் கொண்டிருந்தாள்.

12

ஜார்ஜ் ஆண்டனிக்கும் எனக்குமான உறவு இடையில் ஒரு காரணத்திற்காகத் துண்டித்துப் போனது. பாவ காரியம் என்றுகூட அதைச் சொல்லலாம். நான்தான் அதைத் துண்டித்துக் கொண்டது. விடுமுறையின் போதெல்லாம் என் வீட்டிற்கு அவனைக் கூட்டிப் போவேன். அம்மா என்னைவிட அவனை நன்றாகப் பார்த்துக் கொள்ளும். அவன் துறுதுறுவென்று அலைவதைப் பார்த்துப் புளகாங்கிதம் அடையும். 'அவன் மூத்திரத்த வாங்கிக் குடிடா' என்று சொல்லும். சரி, பிடிச்சுத் தரச் சொல்லு, குடிக்கறேன் என்பேன். எனக்குக் கோபமே வராது. என் நண்பன் என பெருமையாக இருக்கும். அவன் வந்த உடனேயும் கிளம்பும்போதும் அம்மாவின் காலில் விழுந்து விபூதி வாங்கிக் கொள்வான். இத்தனைக்கும் அவன் ரோமன் கத்தோலிக்கக் கிறித்தவன். ஏண்டா இப்படிச் செய்யற என்று சொல்லிவிட்டு, நான் வேண்டா வெறுப்பாகக் காலில் விழுவேன். அம்மா அவனுக்கு மட்டும் விபூதியைப் பூசிவிட்டு கண்களுக்கு மேலே கையை வைத்து ஊதவும் செய்யும். நான் மகிழ்ந்து போவேன்.

பள்ளியிறுதியாண்டு விடுமுறையில் ஜார்ஜ் அவனுடைய வீட்டிற்கு என்னை அழைத்துப் போனான். அரவங்காடு ஆயுதத் தொழிற் சாலைக்கு நேர்கீழாக இருந்தது ஜெகதலா என்கிற அவனுடைய ஊர். அவர்களுடைய ஊரில் உள்ள படுகர் இனத் திருவிழாக்களுக்கு என்னை அழைத்துப் போனான். அவனுடைய படுகர் இன நண்பர்களின் வீடுகளில் உள்ளவர்கள் சுத்த சைவம். ஆனால் விருந்தினன் என்பதால் எனக்கு மட்டும் முட்டை சமைத்துக் கொடுத்தார்கள். என் வாழ்நாளில் அதை மாதிரி ஒரு சைவச்

சாப்பாட்டைச் சாப்பிட்டதே இல்லை. பெரிய சைஸ் பட்டர் பீன்ஸை வைத்து தண்ணீர் மாதிரி ஒரு குழம்பு வைத்தார்கள். சோற்றைக் குவித்து அதில் குழி தோண்டி அதை ஊற்றிச் சாப்பிட வேண்டும். அது மாதிரி ஒரு முறை என்னுடைய வீட்டில் சாப்பிட முயன்றபோது, அம்மா செருப்பு பிய்ந்துவிடும் என்றது. ஊருக்கு ஒரு முறை என்று சாப்பிடும் விஷயத்திலேயே வைத்திருக்கிறார்கள் என்று அந்த வயதிலேயே தோன்றியது.

அங்கு இருந்த பத்து நாட்களில் ஜார்ஜ் ஆண்டனியின் தங்கையைக் காதலிக்கத் துவங்கியிருந்தேன். அவளுக்கு முகமெல்லாம் பருவாக இருக்கும். ஆனால், அவை ரோஸ் நிறத்தில் சிவந்து போய் இருக்கும். ஓவர் கோட் போட்டுக்கொண்டு அவள் நடந்தால் அந்தத் தெருவில் உள்ள அத்தனை பையன்களும் வீட்டு வாசலுக்கு வந்து பார்ப்பார்கள். அவளோடு மார்க்கெட்டில் இணைந்து செல்லும் போது எனக்கு மெல்லிய தூறலில் நடப்பதுபோல இருக்கும். யாராவது கேட்டால் விருந்தினர் என்று சொல்லித் தப்பித்துக் கொள்ளலாம் என அவள்தான் சொல்லிக் கொடுத்தாள். ஊட்டியின் சந்து பொந்துகளில் விரல் பற்றி நடந்தோம். அவள், கல்யாணம் ஆனால் உன்னுடைய அம்மாவுடன் நான் இருக்கமாட்டேன் என, அப்போதே கண்டிஷன் போட்டாள். அது சுத்தமாக எனக்குப் பிடிக்கவில்லை. ஜார்ஜ் ஆண்டனி ஒரு சந்தர்ப்பத்தில் எங்கள் இருவரையும் ஒன்றாக பேருந்து நிலையத்தில் வைத்துப் பார்த்து விட்டான். என்னை அழைத்து நாகரிகமாகக் கண்டித்தான். எனக்குக் குற்றவுணர்வாக இருந்தது. அந்தப் பெண்ணைக் கொஞ்ச நாள் பொறுமையாக இருக்கச் சொன்னேன். உண்மையைச் சொல்ல வேண்டுமெனில், அதற்கடுத்து அவள் மீதான ஆசை எனக்குச் சுத்தமாக வடிந்து போயிருந்தது.

ஒரு நாள் வெளியில் போய்விட்டுத் திரும்பியபோது ஜார்ஜைப் போட்டு அவனுடைய அப்பா பெல்ட்டால் அடித்துக் கொண்டிருந் தார். அவனுடைய அம்மா கெஞ்சிக் கொண்டிருந்தார். அவனுடைய அப்பா பேங்கிலிருந்து எடுத்து வந்த பணத்தில் இருநூறு ரூபாயைக் காணவில்லை. பணம் காணாமல் போன வெறுப்பில் என்னையும் வீட்டை விட்டு வெளியேறச் சொன்னார். ஜார்ஜின் அம்மா, 'அதெப்படி, வீட்டுக்கு விருந்தாளியா வந்த அந்தப் புள்ளையை எப்படிச் சொல்வாய்?' என்று கேட்டதற்கு அவரை அவனுடைய அப்பா அடித்தார். நான் மீதியிருந்த விடுமுறையைக் கழிப்பதற்காக என்னுடைய ஊருக்குக் கிளம்பி வந்துவிட்டேன்.

ஒரு வாரம் கழித்து என் தொலைபேசி எண்ணைக் கண்டுபிடித்து அவனுடைய தங்கை பேசினாள். நான் கிளம்பி வந்த பிறகு, ஜார்ஜை விடாமல் அவனுடைய அப்பா போட்டு அடித்துக் கொண்டிருந் திருக்கிறார். தடுக்கப் போன அவனுடைய அம்மாவுக்கும் அடி விழுந்திருக்கிறது. ஊரே வந்து வேடிக்கை பார்த்த அவமானத்தில், இரவு அவனுடைய அம்மா தீக்குளித்து தற்கொலை செய்து கொண்டார். ஜார்ஜின் தங்கை இதைச் சொன்னபோது எனக்கு திக்கென்று இருந்தது. அடிவயிற்றில் ஒரு வெப்பம் பரவியது.

அதற்கடுத்து நான் கல்லூரிக்கு வந்த பிறகு ஜார்ஜிடம் இருந்து விலகியே இருந்தேன். ஊரில் இருக்கும் அவனிடம் பேச முயற்சிக்க வில்லை. அந்தத் தொடர்பு அப்படியே என்ன காரணத்தினாலோ விட்டுப் போனது. அவன் தங்கையிடம் மட்டும் அடிக்கடி விசாரித்துக் கொள்வேன். அவளுக்கு ஜார்ஜ் கல்யாணம் செய்து கொடுத்தான். நான் போகவில்லை. ஆனாலும், அடிக்கடி விசாரித்துக் கொள்வேன். அவள் இயல்பாகவே என்னை அண்ணன் என கூப்பிட ஆரம்பித்தாள். உன்னுடைய அண்ணன் என்னைப் பற்றி விசாரிக் கிறானா என ஒரு தடவை அவளிடம் கேட்டேன். அந்தக் காதல் சம்பவத்திற்குப் பிறகு அவளிடம் அவளது அண்ணன் என்னைப் பற்றி ஒரு வார்த்தைகூட பேசியதே இல்லை என்றாள். பிற்பாடு அவளது எண்ணையும் தொலைத்துவிட்டேன். அதுவும் சரிதான். ஒரு அண்ணன்காரன் என்னைப் பற்றி விசாரித்து கையைப் பிடித்துக் கட்டிக் கொடுக்கவா செய்வான்?

ஜார்ஜ் அதற்கடுத்து மேலே படிக்கவில்லை. லாரியில் டிரைவராகப் போயிருக்கிறான். அதைப் பிடித்து மேலேறி தேயிலை லோடு அடித்திருக்கிறான். குறிப்பிட்ட நேரத்திற்குள் லோடைக் கச்சிதமாக இறக்கிவிடுவான் என்பதால் சின்ன தேயிலை ஃபேக்டரிகள் அவனிடம் இலை எடுக்கப் போட்டி போட்டதால், சிறு முதலாளி ஆகிப் போனான். நான் ஒரு முறை கடுமையான மன அழுத்தத்தில் இருந்தபோது அவனைப் பார்க்கப் போனேன். எப்போதும் அழுத்தம் தானே என்றுதான் கேட்பீர்கள். இந்த அழுத்தம் வேறு மாதிரியானது. ஐந்து பேர் சேர்ந்து நெஞ்சில் அமர்ந்ததுபோல இருக்கும். எண்ணங்களில் வண்ணங்கள் வரும். பார்க்கும்போது விழிகளுக்கு முன்னால் பூச்சிகள் தெரியும். கண்ணை மூடினாலும் அந்தச் சிவப்பு வெளிச்சம் வரும் பகுதியில் பூச்சிகள் ஊரும். தலைக்குள் எறும்புகள் ஊரும். உடலெல்லாம் குரங்குகளுக்கு இருப்பதைப்போல முடி முளைத்திருப்பதாகத் தோன்றும்.

ஜார்ஜ் என்னை அணைத்துக்கொண்டான். அவனுடைய அப்பாவின் வீட்டில் அல்லாமல் தனியாக வீடெடுத்துத் தங்கியிருந்தான். தங்கை வீட்டிலிருந்து சாப்பாடு மட்டும் வந்துவிடும். அன்றைக்கு எனக்கும் சேர்த்து வைத்துவிட்டு, சாப்பிடுங்கள் அண்ணா என்றாள் அவன் தங்கை. ஜார்ஜ் என்னை நிமிர்ந்து பார்த்தான். நான் அச்சமின்றி அவனது கண்களைப் பார்த்த உடனேயே விலக்கிவிட்டுத் தலையைக் குனிந்துகொண்டேன். அந்தப் பக்கம் அவன் சிரித்திருப்பான் என்று தோன்றியது.

எங்கேயோ தேடிப் போய் யாரிடமோ இரவல் வாங்கி ஓல்ட் மங்க் ரம் பாட்டிலைக் கொண்டுவந்தான். எம்.ஆர்.சி. வெலிங்டன் இராணுவ மையத்தில் தரப்படுவது என்கிற முத்திரை இருந்தது. நான் அப்போது குடிப்பதில்லை. வெறுமனே புகைத்துக்கொண்டு மட்டும் இருந்தேன். இரண்டையும் ஒரே நேரத்தில் வைத்திருப்பது ஆபத்தானது. இரண்டும் வெவ்வேறு ரியாக்ஷன். ஒன்று தளர்த்தும். இன்னொன்று முறுக்கும். இரண்டும் சேர்ந்தால் நரம்பு மண்டலம் கடுமையாகப் பாதிக்கப்படும் என்றாலும் நான் ஜார்ஜோடு குடிக்க விரும்பினேன். உச்சகட்ட போதையை எளிதில் எட்டிவிட்டேன். நீண்ட நாள் கழித்து தண்ணி அடித்ததால் இப்படி ஆகிவிட்டது. ஆனாலும் நிதானமாக இருந்தேன். ராஜ போதையை எல்லாம் பார்த்துவிட்டேன். இது என்ன சுண்டைக்காய் போதை. ஒரு கட்டத்தில் நான் அழும் மன நிலைக்கு வந்திருந்தேன். அழுகை வெடித்துக் கிளம்புவதற்கு ஒரு காரணத்தைத் தேடிக் கொண்டிருந் தேனா? இல்லை, இயல்பாகவே அந்த மன நிலையில்தான் இருந்தேன்.

''ஜார்ஜ், உன்னிடம் பாவ மன்னிப்பு கேட்க எனக்கு அனுமதியுண்டா?'' என்றேன்.

''இல்லை. ஆனால், கடவுளுக்கு முன் கேட்பதற்கு யாருடைய அனுமதியும் கேட்க வேண்டியதில்லை'' என்றான் இறுக்கமான குரலில்.

''எந்தக் கடவுளுக்கு முன்?'' என்றேன். அவன் வீட்டினுள் எழுந்து போய் அவனுடைய அம்மாவின் புகைப்படத்தை எடுத்து வந்தான். நான் அந்தப் போதையிலும் அவன் குறிப்பால் உணர்த்தியதைப் புரிந்துகொண்டேன். நான் மண்டியிட்டு வணங்கினேன். தரையில் முகம் பொதித்து அழுதேன். என் முதுகிற்கு மேலிருந்து சொன்னான்.

''நீதான் அந்தப் பணத்தை எடுத்தது என்று எனக்கும் தெரியும். என் அம்மாவுக்கும் தெரியும். அந்தப் பையனே செய்திருந்தாலும்கூட

விருந்தினர்கள் மீது பழியைப் போட்டால் பாவம் என்று என் அம்மா சொன்னார். எந்தக் கட்டத்திலும் உன்னை இதன் காரணமாக ஒதுக்கி வைத்துவிடக் கூடாது என்று சொன்னார். அன்பைத் தேடி அலையும் அவனுக்குப் புகலிடம் கொடுக்கவேண்டும் என்று சொன்னார் என்னுடைய அம்மா. என்னுடைய அம்மா கடைசியாக என்னிடம் உன்னைப் பற்றிதான் பேசினார்கள். அந்த வார்த்தைகளை மட்டுமே கடைசியாய் என்னிடம் கொடுத்துவிட்டுப் போனார்கள். என் அம்மாவினுடைய வார்த்தைகளை நான் நிறைவேற்ற விரும்பு கிறேன். நீ இப்போது மண்டியிட்ட இந்தக் கணத்திலிருந்து நீ விருந்தினன் கிடையாது. வீட்டின் உறுப்பினர். உனக்கு ஒரு தங்கையும் இருக்கிறாள்'' என்றான்.

இந்த அன்பை எப்படிப் புரிந்துகொள்வது? அவன் கண்களைப் பார்த்தேன். துளி கர்வமில்லை. துளிக் கோபமில்லை. அதே மாதிரியான கண்களை எங்கோ பார்த்தது மாதிரி தோன்றியது. அதில் இதுவரை நான் பார்த்தேயிராத ஒரு ஒளி இருந்தது. அந்தக் கணத்தில் நான் உடனடியாக அதுவரை என்னைக் கனக்கச் செய்து கொண்டிருந்த மன அழுத்தத்திலிருந்து விடுபட்டேன். என்னை எழச் செய்து நாற்காலியில் அமர வைத்தான். இதுவரை சேர்த்த பணத்தைக்கொண்டு உடுமலையில் ஒரு நிலத்தை வாங்கப் போவதாகச் சொன்னான். அம்மாவின் நினைவாக அங்கு ஒரு கோயில் கட்டப் போவதாகச் சொன்னான். அந்த நிலத்தில் பேரிச்சம் பழங்களைப் பயிரிடப் போவதாகச் சொன்னான். மழைக் காட்டிலிருந்து இறங்கி செம்மண் நிலத்திற்கு, சமதளத்திற்குப் போகப் பிரியப்பட்டான்.

''அதென்ன பேரிச்சம்பழம்?'' என்றேன்.

''அஜ்வா'' என்று சொல்லி, ''இது நபிகள் நாயகம் சாப்பிட்ட பழம்'' என்றான்.

''அப்படியென்ன விசேஷம்?'' என்றேன்.

''இதில் ஏழு பேரிச்சம் பழங்களைச் சாப்பிட்டால் செய்வினைகள் அண்டாது. உன்னைப் பிடித்திருக்கும் பிசாசுகள் வெளியேறிச் செல்லும்'' என்றான்.

''நீ சாப்பிட்டிருக்கிறாயா?'' என்றேன். ''ஆமாம், பேரிச்சம்பழக் கண்காட்சி துபாயில் நடந்தது. அங்கு வைத்து காய வைக்காத நிலையில் இருந்த பழத்தைச் சாப்பிட்டேன்'' என்றான்.

‘‘அப்படியானால் அந்தப் பிசாசு உன்னை விட்டு விலகாமல் ஏன் இருக்கிறது?’’ என்றேன். அவன் சிரித்துக்கொண்டே முதுகில் ஓங்கி ஒரு அறை விட்டான். என்னுடைய முதுகில் யாராவது அடித்தால் எனக்குப் பிடிக்காது என்று அவனுக்கு நன்றாகத் தெரியும். என் அம்மா என்னைத் தூக்கத்தில் இருந்து எழுப்பும்போது கூட கால்களில்தான் தட்டும். முதுகில் கை வைக்காது. ஆனாலும், தெரிந்தே அடித்தான். சின்ன வயதிலிருந்தே அப்படி அடிக்கிற உரிமையை அவனுக்கு மட்டுமே கொடுத்திருக்கிறேன் என்பதை அவனும் அறிவான்.

13

இடையில் ஒரு தடவை டெய்ஸியுடன் காஞ்சிரம்பள்ளி போயிருந்த போது திருச்சூருக்கும் போயிருந்தோம். சணல் வாவச்சனைப் பார்ப்பதற்காக நான்தான் அழைத்துப் போயிருந்தேன். சணல் வாவச்சன் ஜார்ஜ் ஆண்டனியின் நண்பன். ஜார்ஜ் தேயிலை லோடு அடித்தபோது உடன் இருந்தவன். அவன் டெல்லியில் இருந்து கையில் ஒன்றுமில்லாமல் திரும்பி வந்தபோது ஜார்ஜ்தான் அரவணைத்துப் பிடித்துக் கொண்டான். அவனுக்குக் காசு போட்டுத் திருமணம் செய்துவைத்ததும் ஜார்ஜ்தான். இந்தக் கதையை ஜார்ஜ் என்னிடம் ஒரு தடவை சொல்லியதோடு மட்டுமல்லாமல் சணலை எனக்குத் தொலைபேசி வழியாக அறிமுகமும் செய்து வைத்தான்.

டெல்லியில் அப்படி என்ன வேலை செய்துகொண்டிருந்தான் என்று கேட்கிறீர்களா? பெண்களின் மார்பக வகைகளை எண்ணிக் கொண்டிருந்தான். அட! உண்மையைதான் சொல்கிறேன். சணல் வாவச்சன் கேரளாவிலிருந்து அரபு நாடுகளுக்குப் பெண்களை வேலைக்கு அனுப்பும் ஒரு வித சட்ட விரோதக் கும்பலில் ஏஜென்ட்டாக இருந்தான். டெல்லியில் போலியாக நர்சிங் படித்ததுபோல சர்டிஃபிகேட்டுகளை அச்சடித்து, விசா ஸ்டாம்பிங் முடித்து வண்டி ஏற்றிவிடுவதே வேலை.

''நான் பார்க்காத முலை வகைகளே இல்லை. தடமுலை, பனை முலை என உங்களோட சங்க இலக்கியங்களில் எல்லாம் சொல்வார்களே'' என்றான் சணல் வாவச்சன். தமிழ்நாட்டில் இருக்கிற எனக்கே இந்த வகை தொகையெல்லாம் தெரியாது. அவனுக்கெப்படி சங்க இலக்கியம் தெரிந்தது? ஒரு விஷயத்தில் ஆர்வம் கொண்டு தேடினால்

கிடைக்காதது என்று எதுவும் இல்லை. அதனால் கிடைத்திருக்கும். விட்டு விடுங்கள்.

அவன் அங்கு வேலை கேட்டு தேடிவந்த பெண்களைப் பயன்படுத்திக் கொண்டான். இது பாவமில்லையா என்றேன். ''சட்ட விரோதமான செயல் ஒன்றிற்கு எப்போது நாம் வீட்டை விட்டு வெளியே கால் எடுத்து வைக்கிறோமோ அப்போதே நாம் வெளிப் படையான வியாபாரத்திற்கும் தயாராகியும் விடுகிறோம்'' என்றான் சணல். அவனோடு இருந்த அத்தனை பெண்களும் சந்தோஷமாக இருந்ததாகச் சொன்னான். பெரும்பாலும் அதிக நேரம் மார்பகங்களைக் கடித்தும் கொஞ்சியும் விளையாடுவது அவர் களுக்குப் பிடித்துப் போகும் என்றான். ஒருத்தரைக் கூட அவர்களது விருப்பம் இல்லாமல் நீ பலாத்காரம் செய்ததில்லையா என்றேன். இல்லையென்று தலையாட்டிய சணல், ''எல்லாப் பெண்களும் கூப்பிட்டவுடன் வந்துவிடுவார்கள் என்று நினைக்கிறாயா? அப்படியே தலையில் பெட்ரோலை ஊற்றிக் கொளுத்துபவர்களும் இருப்பார்கள். நாம்தான் நைச்சியமாக அதைக் கண்டுபிடிக்க வேண்டும். அதுக்கு ஒரு எக்ஸ்பீரியன்ஸ் இருக்கு சேட்டா'' என்றான்.

அவனால் வேலைக்கு அனுப்பப்பட்ட பெண்கள் விடுமுறைகளில் ஊருக்கு வரும்போது தற்செயலாகப் பார்த்தாலும் தெரிந்த மாதிரியே காட்டிக்கொள்ள மாட்டேன் என்றான். செய்வது அயோக்கியத்தனம், அதில் கொள்கை மயிரு வேறா? இந்த விஷயத்தில் அவனொரு பாதுகாப்பான ரகசிய ஏஜென்ட். ஆனாலும், எங்கு சறுக்கினான் என தெரியவில்லை. சம்பாதித்ததையெல்லாம் விட்டுவிட்டான். வாயைத் திறந்து ஒரு வார்த்தை கூட அது குறித்துப் பேசியதில்லை. ஏதோ ஆழமாகக் காயப்பட்டிருக்கிறான் என்று மட்டும் புரிந்தது. செய்த பாவம் சும்மா விடுமா என்று நான் விளையாட்டாகச் சொன்னேன். அதற்கு அவன், நண்பா பாவம்னா எது தெரியுமா என்று கேட்டு விட்டு இதைச் சொன்னான்: ''விரும்பினதை விட்டால் பாவம். விரும்பாததைத் தொட்டால் பாவம்.''

ஆனால், இவன் அனுப்புகிற இடங்களில் அந்தப் பெண்கள் படும் துயரங்களை மட்டும் அவனால் சகித்துக்கொள்ளவே முடியவில்லை. ''நம்ம மடியில் கிடந்தவள்கள் அங்க நாய் மாதிரி கிடக்கறத நெனச்சா நெஞ்சு எரியும்'' என்பான். ஏனோ அனைத்தையும் விட்டுவிட்டு ஊருக்குத் திரும்பி மனைவியோடு இருக்கிறான். ஆனாலும் சேட்டைகள் தொடர்கின்றன.

''கொடுங்களூர் அம்மனுக்குக் கொடி மரம்போல குன்ன வேணும்'' என திடீரென பாட ஆரம்பித்தான். எனக்கு மலையாளம் ஓரளவிற்குத்

தெரியும். அந்தப் பாடல் முழுவதும் உச்சகட்ட கெட்ட வார்த்தைகள். கொடுங்களூர் பகவதி அம்மனின் தெறிப் பாடல் அது. அதைக் கண்ணகி கோயில் என்றும் சொல்வார்கள். ஒவ்வொரு ஆண்டும் அந்தக் கோயிலில் பரணி விழா நடத்துவார்கள். நான் கூட ஒரு தடவை போயிருக்கிறேன். கும்ப மாதத்து பரணி விண்மீன் தொடங்கி, மீன மாதத்து பரணி விண்மீன் வரை பரணி விழா கொண்டாடுவார்கள். காவு தீண்டல் என்கிற நிகழ்ச்சியையும் நடத்துவார்கள். அப்போது தெறிப் பாடலைப் பாடிக்கொண்டு கோயிலின் வெளிப் புறத்தைச் சுற்றி பக்தர்கள் ஆவேசம் கொண்டு ஓடுவார்கள். அந்த நேரத்தில் கருவறை மூடப்பட்டிருக்கும். மஞ்சள் பொடி, தேங்காய், மிளகு ஆகியவற்றைக் கோயிலை நோக்கி எறிவார்கள். கொடி மரம்போல குன்னம் என்றால் புரிகிறதுதானே? அம்மனைத் திருப்திப்படுத்த கொடி மரம்போல ஆண் குறி வேண்டும். முகத்தைச் சுளிக்காதீர்கள்.

அன்றைக்கு ஒரு நாள் அந்தப் பிராந்தியமே இது போலான கெட்ட வார்த்தைகளால் நிரம்பியிருக்கும். தங்கள் மனதிற்குள் புதைந்து கிடக்கிற வக்கிரங்களை அம்மன் கருவறை நோக்கிக் கொட்டு வார்கள். எனக்குச் சின்ன வயதில் பெரியாத்தாள் சளியை வெளியே எடுக்கும் ஞாபகம் வந்தது. மடியில் கிடத்தி சுக்கைச் சுட்டு ஊட்டி, சளியை வெளியே எடுப்பதைப்போல இந்த அம்மனும் எடுத்துக் கொண்டிருக்கிறாள் என்று பட்டது. மனிதனின் மன அழுத்தங்களை வெளியே எடுப்பதற்காக அம்மன் தன் கௌரவத்தையே பலி கொடுத்து ஆடும் ஆட்டம் அது. மக்கள் வக்கிர வார்த்தைகளால் காறி அம்மன் மீது சளியைத் துப்பினார்கள். அது மூடப்பட்ட கருவறை வாயிலில் பட்டு எதிரொலித்தது. மூடப்பட்ட கருவறைக்குப் பின்னால் உள்ள அம்மன் ஒரு வேளை சிரித்துக் கொண்டிருக்கலாம்.

அழகான பெண்கள்கூட பாடிக்கொண்டு போனார்கள். எங்கிருந்து இப்படி அழகாய்க் கிளம்பி வருகிறார்கள்? நிச்சயம் மத்தியானம் ஐஸ் க்ரீம் சாப்பிட்டுவிட்டு, ஒரு குட்டித் தூக்கம் போட்டு விட்டுத்தான் கிளம்பியிருக்க வேண்டும். இல்லாவிட்டால் கன்னங்கள் இத்தனை மிதப்பாக இருக்காது. தேங்காய் எண்ணெயிலேயே குளித்து ஊறியதால் அவர்கள் எல்லோரும் மதமதவென்றிருந்தனர். அந்தப் பெண்களே பாடுகிறார்கள்... நான் பாடுவதற்கென்ன? எனக்குத் தெரிந்த கெட்ட வார்த்தைகளையெல்லாம் கொண்டு என் பங்கிற்கு நானும் சளியைக் கக்கி வைத்தேன்.

அந்தப் பெண்கள் அன்றைக்கு எப்படி இருந்தார்கள் என்பதை சணலிடம் விவரித்தேன். போட்டி போட்டுக்கொண்டு அவனும் பல

பெண்களுடனான அவனது உறவு குறித்து விவரித்தான். ஒரு முறை உச்சகட்டத்தில், ஒரு பெண் அவளுடைய உறுப்பில் தடவ தேங்காய் எண்ணெய் வேண்டுமென அடம் பிடித்தாள். நானும் கூட அந்த அஸ்ஸாம் தேங்காய் எண்ணெய் பற்றிச் சொல்லலாம் என்று நினைத்தேன். ஆனால், அதை மறைத்துவிட்டேன். அந்தப் பெண் கேட்டதும், சணல் வாவச்சனும் அதைப் புரிந்துகொண்டு, அந்த டெல்லிக் குளிரில் சுற்றி அலைந்திருக்கிறான். தேடியலைந்து வாங்கிக் கொண்டு வந்தபோது அவனது ஆர்வம் முற்றிலும் வடிந்து விட்டதாம். அந்தப் பெண் இரவு முழுவதும் அவனது உறுப்பைக் கையாண்டு பார்த்திருக்கிறாள். சணலாலும் முடியவில்லையாம். எனக்கு அது உவப்பானதாக இருந்தது. இந்த முடியவில்லை என்கிற வார்த்தையைக் கேட்டதும் என் சிந்தனைகள் எழுச்சியடைய ஆரம்பித்தன. எனக்குள் காமம் இன்னமும் தங்கு தடையில்லாமல் ஊற்றெடுக்கிறதா என்பதை மறுபடியும் சோதித்துப் பார்க்க விரும்பினேன். தொடர்ந்து அவன் இது குறித்த கதைகளைச் சொல்லிக் கொண்டிருந்தான். நானும் இது மாதிரியாகக் கேள்விப் பட்ட பல கதைகளைச் சொன்னேன். நன்றாகக் கவனியுங்கள். கேள்விப்பட்ட கதைகள் என்றுதான் சொல்கிறேன். இரவில் வேம்ப நாடு காயலுக்கு அழைத்துப் போவதாகச் சந்தோஷத்தில் வாக்குக் கொடுத்தான்.

அன்றைக்குக் காயலுக்கு சணல் வரவில்லை. பகலில் குடித்திருந்ததால் மட்டையாகிவிட்டான். டெய்ஸி இருந்த அறையில் தரையில் படுத்தபடி ஏதோ புலம்பிக் கொண்டிருந்தான். எனக்குத் தூக்கம் வராததால், காயலில் குளித்துக் கொண்டிருந்த பெண்களை வேடிக்கை பார்த்துக் கொண்டிருந்தேன். அவர்களது கண்கள் சந்திக்கும்போது என் கண்களை விலக்கிக் கொள்வேன். இந்த விளையாட்டு இடைவிடாமல் தொடர்ந்தது.

இரவு ஜோய் சேட்டனைத் துணைக்கு அனுப்பியிருந்தான். அது ஒரு நல்ல பௌர்ணமி இரவு. காயலில் நீந்திக் கொண்டிருந்த பாம்புகள் கரையேறிப் போவதைத் தெளிவாகப் பார்க்க முடிந்தது. டெய்ஸி அன்றைக்கு ரம்மியமாக இருந்தாள். என் குறித்த இறுக்கங்கள் எதுவும் இல்லாமல் இருக்கிறாள் என்பதை உணர முடிந்தது.

''நீ சொன்ன கதைகளை எல்லாம் சணல் என்னிடம் சொன்னான்'' என்றாள்.

''வேடிக்கை பார்த்த கதைகளைதானே'' என்றேன். அவள் சிரித்துவிட்டாள். பதிலுக்கு நானும் சிரித்தேன். எழுந்து வந்து

என்னருகில் அமர்ந்து கைகளைப் பிடித்துக்கொண்டதை ஓரக் கண்ணால், ஜோய் சேட்டன் பார்த்தார். வள்ளத்தை வெளிச்சம் இல்லாத இடத்திற்குக் கொண்டுபோனார். அதை லாகவமாக மரத்தில் கட்டிவிட்டு, ''பயப்படாம இருங்க. ஏதாவது வேணும்னா சத்தம் கொடுங்க. நான் இங்கதான் இருப்பேன். ஒரு மணி நேரத்துல போயிடலாம்'' என சேட்டன் உடைந்த தமிழில் எங்களிடம் சொல்லிவிட்டு இருட்டிற்குள் இறங்கிப் போனார்.

டெய்ஸியும் எதைப் பற்றியும் அலட்டிக் கொள்ளவில்லை. நான் அவளது மார்பகங்களைப் பிடித்து அழுத்தினேன். சணல் சொன்ன மார்பகங்கள் குறித்த கதைகள் நினைவிற்கு வந்தன. ஆனால், என்ன வகை என்று மட்டும் எனக்குத் தெரியவில்லை. சணலிடமும் ஒருபோதும் இதைச் சொல்லிக் கேட்கவும் மாட்டேன். பெண் களுக்குப் பிடிக்கும் என்று சணல் சொன்னதைத் திரும்பச் செய்தேன். அவள் சிரித்துக்கொண்டே இருந்தாள். என் தலையைக் கோதி விட்டுக் கொண்டிருந்தாள். சேட்டன் காறித் துப்பும் ஓசை கேட்டு பழைய நிலைக்குத் திரும்பினோம். டெய்ஸி உடைகளைச் சரி செய்தாள். வள்ளம்போய்க் கொண்டிருந்தபோது, நான் மறுபடி அவளை முத்தமிட முயன்றபோது, அவள் என்னை விலக்கி விட்டாள். இதைப் பார்த்த ஜோஸ் சேட்டன் கையில் இருந்த மூங்கில் கழியால் என் முதுகில் மெல்லமாய் ஒரு அடி போட்டார். நான் திரும்பிப் பார்த்தபோது, பிடிக்காட்டி விட்டுடணும் என்றார்.

அன்றிரவு நான் அவளுடைய அறையில்தான் தங்கினேன். சணல் அவனுடைய கள்ளக் காதலி யாரையோ பார்ப்பதற்காகக் கிளம்பிப் போயிருந்தான். அவள் என்னை உள் வாங்கிக்கொள்ள முயற்சி செய்தாள். நான் அவளிடம் ஒளிவு மறைவில்லாமல் என்னுடைய கதையைச் சொன்னேன். ''அது எதுவுமே தேவையில்லை. இப்படியே இரு. இந்தச் சுழலில் மட்டும் மாட்டிக் கொள்ளாதே. எவ்வளவு சீக்கிரம் வெளியேற முடியுமோ அவ்வளவு சீக்கிரத்தில் வெளியேறி விடு. இப்போதெல்லாம் நானும் வெளியேறி விடலாமா என அவ்வப்போது யோசனை செய்கிறேன்'' என்றாள். எனக்கு நம்பிக்கையாக இருந்தது. இரண்டு மடங்கு எழுச்சி பெற்றேன். சணல் வாவச்சன் சொன்ன பிற கதைகளை நினைவிற்குக் கொண்டுவந்து எனக்கான உத்வேகத்தைப் பெற்றுக்கொண்டேன்.

அவள் அன்று இரவு முழுக்கச் சிரித்துக்கொண்டே இருந்தாள். என் உடல் இயக்கம் குறித்த என்னுடைய குழப்பங்கள் அந்த நேரத்தில் முடிவுக்கு வந்தன. என்னால் எழுச்சி பெறவே முடியாது என அந்தக் காலகட்டத்தில் நினைத்துக் கொண்டிருந்தேன். என்னுடைய உறுப்பு

சிறுத்துச் சுருங்கிப் போயிருந்ததைப் பார்த்து அச்சமடைந்திருந்தேன். கோளாறு உடலில் மட்டும் இல்லை, மனதிலும்தான் என்பதை உணர்ந்தேன். நான் மூன்று முறை அவளோடு உறவு வைத்துக் கொண்டேன். ''இதை நான் எதிர்பார்க்கவில்லை. ஆனாலும் நீ சக்திமான்தான்'' என்றாள் கிசுகிசுப்பான குரலில். எனக்கு இதைச் சொல்லும்போது பெருமையாக இருந்தது. சும்மாவா? டெய்ஸி மிஸ் சண்டிகர் பட்டத்தைத் தட்டிக்கொண்டு வந்தவள். அந்த மிஸ் சண்டிகர், மெலிந்து அதே சமயம் வசீகரத்தைத் தொலைக்காமலும் என்னருகே படுத்துக் கிடந்தாள்.

14

பழனியில் இருந்த காலத்தில் நான் சம்பத்தைக் கொஞ்ச நாள் மறக்க விரும்பினேன். எனக்கும் அடிவாரம் அலுத்துப் போக ஆரம்பித்தது. நீண்ட காலமாகவே வேறு எங்காவது போய்விட்டு வரலாமென தோன்றிக்கொண்டே இருந்தது. அம்மாவின், டெய்ஸியின் நண்பர்கள் சிலரது எண்கள் மட்டுமே ஞாபகத்தில் இருந்தன. ஒரு நாள் பசிக் கொடுமையால் ஃபோனை 300 ரூபாய்க்கு விற்றுவிட்டேன். அப்போதும் பசிக் கொடுமை தாளவில்லை. சம்பத் இருந்தால், ஏதாவது தேடிப் பிடித்துத் தந்திருப்பான். வழக்கம்போல யாரிடமாவது போய் பணம் தேத்திக்கொண்டு வரவேண்டும் என்கிற கட்டாயத்தில் இருந்தேன்.

மண்ணு தின்னி சாமியாரைப் பார்க்கப் போனேன். இது மாதிரி அடிவாரத்தில் பல சாமிகள் இருக்கிறார்கள். அதில் பெரும்பாலும் ஆசாமிகளே நிறைந்திருப்பார்கள். எனக்கென்னவோ மண்ணு தின்னி மேல் ஒரு நம்பிக்கை. ஏனென்று சொல்லத் தெரியவில்லை. அவர் தட்டில் விழும் சில்லறைகளைப் பொறுக்கலாம். ஒன்றும் சொல்ல மாட்டார். யாரும் இல்லாத நேரத்தில்தான் இதைச் செய்ய முடியும். எல்லோரும் அவரை உண்மையிலேயே சாமியாகவே பார்த்தார்கள். அவர் யாரிடமும் இதுவரை பேசி நான் பார்த்ததில்லை. ஆனால், அவர் பேசினால் கோடிகளைக் கூட கொட்டித் தர வரும் பணக்காரர்கள் பலர் தயாராக இருக்கிறார்கள் என கேள்விப் பட்டிருக்கிறேன். சம்பத் ஒரு தடவை சொல்லியிருக்கிறான். சாமியை வைத்து ஏதாவது பிஸினஸ் பண்ணலாம் என்றுகூட வேடிக்கையாக யோசித்திருக்கிறேன். நான் அவருக்கு அருகில் அமர்ந்து

கொண்டிருக்கும்போது குறுகுறுவென என்னையே பார்த்துக் கொண்டிருப்பார்.

நான் போன நேரத்தில் சாமி, தனியாகதான் இருந்தார். தட்டில் நோட்டுகள் இருந்தன. நான் அந்தப் பணத்தை எடுப்பதற்கான நேரம் பார்த்துக் காத்திருந்தேன். 'கடமையை முடிச்சுட்டு கிளம்பிப் போ' என திடீரென ஒரு குரல் வந்தது. சாமிதான் பேசினாரா அல்லது நான் அடித்த இழுப்பு அப்படி எனக்குத் தோன்ற வைத்ததா என்கிற குழப்பம் எனக்கு இப்போது இந்தக் கதையை உங்களிடம் சொல்லிக் கொண்டிருக்கும் இந்த நிமிடம் வரை இருக்கிறது. நான் இந்த முறை தைரியமாகத் தட்டிலிருந்து பணத்தை எடுத்தேன். சாமி அப்போதும் ஒன்றும் சொல்லவில்லை. என்ன பெரிய சாமி? நானும் அப்படியே கஞ்சா அடித்துவிட்டு, யாரிடமும் பேசாமல் அமர்ந்திருந்தால், என்னையும் சாமியாக்கி விடுவார்கள் என்று நினைத்தபோது உடலெங்கும் ஒரு சூடு பரவியது.

ஃபோன் தொலைந்துவிட்டது என்று பொய் சொல்லி, ஒருவனிடம் ஃபோன் வாங்கினேன். அம்மாவுக்குக் கூப்பிடத் தோன்றவில்லை. டெய்ஸிக்கு அழைத்தபோது அவள் உடனடியாக ஃபோனை எடுத்து தான் காஞ்சிரம்பள்ளியில் இருப்பதாகச் சொன்னாள். அடிக்கடி நாங்கள் போய் வருகிற இடம்தான் அது. கிளம்பி வரச் சொன்னாள். நான் ஏற்கெனவே அந்த இடத்திற்குப் பக்கத்தில் இருக்கிற சணலைப் பற்றிச் சொல்லியிருக்கிறேன். இருந்தாலும் அந்தத் தொடர்பைப் பற்றிச் சொல்கிறேன். கேரளாவில் இருக்கிற காஞ்சிரம்பள்ளியில் எங்களுடைய நண்பர்கள் சிலர் ரப்பர் தோட்டம் வைத்திருக்கிறார்கள். டெய்ஸிக்கும் அவர்கள் நண்பர்கள்தான். பூர்வீக வசதி படைத்த நண்பர்கள். ஒரு படத்தில் மம்முட்டி தான் காதலிக்கிற பெண் படிக்கிற கல்லூரியில், ஹெலிகாப்டரில் போய் இறங்குவார். ரப்பர் உச்ச விலையில் இருந்தபோது, காஞ்சிரம்பள்ளிக்காரர்கள் மருந்து தெளிப்பதற்காக ஹெலிகாப்டர் எல்லாம் வைத்திருந்ததாகச் சொல்வார்கள். அப்படியான மருந்தடிக்கிற ஹெலிகாப்டரில் போய்தான் மம்முட்டி அவரது காதலியைத் திகைக்க வைத்திருப்பார். நான் அந்தப் படத்தைப் பார்க்கவில்லை. நண்பர்கள் முழு போதையில் இருக்கும்போது இந்தக் கதையை அடிக்கடி சொல்வதால் ஒட்டிக் கொண்டுவிட்டது.

எல்.எஸ்.டி. வேண்டுமா? பிரவுன் சுகர் வேண்டுமா? எக்ஸ்டஸி வேண்டுமா? எல்லாமே அங்கு கிடைக்கும். அதற்காகதான் டெய்ஸி அங்கு போகிறாள். டெய்ஸிக்கும் எனக்கும் பொதுவான நண்பர்கள் அங்கிருக்கிறார்கள். அப்படியான ஒரு கூடிக் குலவும் சூழலில்தான்

டெய்ஸியை முதன்முறையாகப் பார்த்தேன். அப்படி ஒரு தற்செயலான சந்தர்ப்பத்தில் டெய்ஸிதான் எனக்குக் கஞ்சா புகைக்கக் கற்றுத் தந்தாள். அந்தக் குற்றவுணர்வு அவள் வாழ்நாள் முழுக்கத் துரத்தியது என்பதைப் பிற்பாடுதான் தெரிந்துகொண்டேன். ஆரம்பத்தில் அந்தப் போதை என் பயத்தைத் துரத்தியடித்தது. நாளடைவில் அது என் பயத்தைத் தக்க வைத்தது. நானும் அதுவும் ஒன்றாகிப் போயிருந்தபோது, பயம் இருவருக்கும் பொதுவாகிப் போனது.

அன்றைக்கு நான் இருந்த மன நிலையில் டெய்ஸி அருகில் இருந்தால் கொஞ்சம் தைரியமாக இருக்கும் என்று தோன்றியது. ஆனால், என்னோடு இருப்பதை அந்தக் காலகட்டத்தில் அவள் பெரிய அளவுக்கு விரும்பவில்லையோ என்று கூட சில சமயங்களில் தோன்றும். ஆனால், அப்படியான சமிக்ஞைகள் எதையும் அவள் வெளிக் காட்டியதே இல்லை. என் கதைகள் எல்லாம் அவளுக்குத் தெரியும்தானே? ஆனால், கலங்கிய மாதிரி காட்டிக்கொள்ள மாட்டாள். அவள் ஒரு நாடோடி. காடாறு மாதம் நாடாறு மாதம் என்பதைப்போல, திடீரென வேலையை ராஜினாமா செய்வாள். கோவா கிளம்பிப் போவாள். அங்கு மூன்று மாதங்கள் வீடெடுத்துத் தங்குவாள். உலகமெல்லாம் இருக்கக்கூடிய அவளது நண்பர்கள் கோவாவில் கூடிவிடுவார்கள். அந்த மூன்று மாதங்கள் முழுவதும் குடி தவிர்த்த மற்ற எல்லா போதைகளும் அங்கே கடல் அலையைப் போல விடாது சுழன்றடிக்கும். அவளுடைய நண்பர்கள் பெல்ஜியத்திலிருந்து அமெரிக்காவிலிருந்தெல்லாம் அங்கே குழுமி விடுவார்கள். அவர்களும் அவளைப் போலவே நாடோடி வாழ்க்கையைத் தேர்ந்தெடுத்து இருந்தார்கள். மீதியிருக்கிற ஒன்பது மாதங்கள் தனித்தனியாகப் பறந்து போய் பலதும் செய்வார்கள். அந்தக் குறிப்பிட்ட மூன்று மாதத்தில் கோவாவில் பறவைகள் திரும்பவும் வந்தடைந்து விடும். கூட்டை அடையத் துடிக்கும் பறவைகள் அவர்கள். அவர்களை இணைக்கிற புள்ளியாய் அந்த உலகம் இருந்தது. அந்த உலகத்தில் அப்படியென்ன கிடைக்கிறது என்பதைச் சொன்னால் புரியாது. அது ஒரு வேறு உலகம். அங்கே கனவுகள் இல்லை. கட்டுப்பாடுகள் இல்லை. எதையும் துரத்த வேண்டியதில்லை. உள்ளுக்குள் மூழ்கிப் போய் நினைத்ததைச் செய்யலாம். யாரும் யாரையும் கட்டுப்படுத்துவதில்லை. கட்டற்ற சுதந்திரத்திற்கு உத்தரவாதம் உண்டு அங்கே. அவர்கள் எல்லோரும் என்னைப்போல எதையாவது துரத்துகிறார்களா என்பதை அறிந்துகொள்ள வேண்டும் என எனக்குத் தோன்றிக்கொண்டே

இருக்கும். என்னையும் கூட ஒரு தடவை அங்கே அழைத்துப் போவதாகச் சொல்லியிருக்கிறாள்.

எனக்கு டெய்ஸி மேல் ஆரம்ப காலகட்டத்தில் இருந்ததைக் காதல் என்றெல்லாம் சொல்ல முடியாது. ஏனெனில், காதலிக்கும் மன நிலையிலும் அப்போது நான் இல்லை. ஆனால், அவள் மீது ஒரு மையல் இருந்தது. ஏனோ அவளைக் கட்டிக்கொள்ள வேண்டும் போல இருந்தது. அவளது மார்புகளில் முகம் புதைத்துக் குட்டிக் குழந்தைகள்போல சுருண்டு படுக்கவேண்டும் என்று ஆசை. அப்படியே அவளது ஸ்கர்ட்டைத் தூக்கித் தொடைகளைத் தடவ வேண்டும் என்று ஆசை. காமமெல்லாம் இல்லை என்றுதான் அப்போது நினைத்துக் கொண்டிருந்தேன். இப்போது யோசித்தால் அது காமம் இல்லாமல் வேறு என்னவாம்? எவனோ ஒருத்தன் பெத்த பிள்ளையின் ஸ்கர்ட்டைத் தூக்குவதை ரொமான்டிசைஸ் செய்து கொண்டிருந்தேன்.

அப்படிப் படுக்கிற காட்சியைக் கற்பனை பண்ணினால் ஆசுவாசமாக இருக்கும். நாங்கள் இருவரும் ஒன்றாக ஒரு தடவை போதையடித்துக் கொண்டிருந்தபோது பைத்தியக்காரத்தனமாகக் கை வைத்து விட்டேன். முழுப் போதையில் இருந்த அவள் உடனடியாகச் சுதாரித்து என் கைகளைத் தட்டிவிட்டாள்.

''பெண்களோடு போதையடித்துவிட்டால் உடனடியாக படுக்கத் தயாராகி விடுவார்கள் என்று நினைத்தாயா?'' என்றாள் நிதானமாக. நான் வெட்கப்பட்டுத் தலையைக் குனிந்து கொண்டபோது, தைரியமாகப் பேசு என்றாள். நான் என்ன நினைத்தேனோ அதைச் சொன்னேன். அவள் அருகே இருக்கும்போது என்னுடைய அம்மாவுடன் இருப்பதைப்போல, என்னுடைய அத்தையுடன் இருப்பதைப்போல, பாதுகாப்பாக இருப்பதாகச் சொன்னேன். அவள் கூர்மையாக நான் சொல்வதைக் கேட்டுக் கொண்டிருந்தாள். ''தமிழ்நாட்டில் ஏன் எல்லோரும் நேரடியாக படுக்க விரும்புவதைச் சொல்லத் தயங்குகிறீர்கள்... உங்களுக்கு காதல் என்பதே படுப்பதற்கான ஏற்பாடு. அம்மாபோல இருப்பதாகச் சொல்லி படுப்பதில் ஒரு தெய்வீகத் தன்மையை வேறு ஏற்றுகிறீர்கள். விளையாட்டுக்குச் சொல்கிறேன். என்னுடைய அனுபவத்தில் இது மாதிரி நிறைய நடந்திருக்கிறது. அதனால் சொன்னேன். உன்னை நான் அப்படி நினைக்கவில்லை. நீ வேறொரு உலகத்தைச் சேர்ந்தவன் என்பது எனக்கு நன்றாகத் தெரியும்'' என்று சிரித்தபடி சொல்லிவிட்டு, எப்போதிருந்து உனக்கு இப்படித் தோன்ற

ஆரம்பித்தது என்றாள். சமீப காலமாகவே என்றேன். ''என் மீது நீ காதல் வயப்பட்டுவிட்டாய் என்று நினைக்கிறேன்'' என்றாள்.

நான் இல்லையென்று உடனடியாக மறுத்தேன். நான் பதில் சொல்வதற்கான வாய்ப்புகளைத் தராமல் அவளே பேசிக் கொண்டிருந்தாள். போதை உலகில் அவளை வீழ்த்தத் துடித்த நிறைய ஆண்களைப் பற்றிய கதைகளை என்னிடம் சொன்னாள். ஆனால், அடிக்கடி உன்னை அப்படி நான் நினைக்கவில்லை என்பதைத் திரும்பத் திரும்பச் சொல்லிக் கொண்டிருந்தாள். அவள் சொன்ன எல்லா கதைகளிலும் அவளைக் குறி வைத்த ஆண்களோடு என்னுடைய சித்திரத்தைப் பொருத்திப் பார்க்கும் சுவாரசியமான மன விளையாட்டை ஆடிக் கொண்டிருந்தேன். கதைகளைச் சொல்லிக் கொண்டிருந்தவள் அதை அப்படியே நிறுத்திவிட்டு என் கண்களையே கொஞ்ச நேரம் உற்றுப் பார்த்துக் கொண்டிருந்துவிட்டு, வா என்பதைப்போல சிறகை விரித்து அழைத்தாள். போகலாமா, வேண்டாமா என யோசித்தேன். போ என்று எதுவோ ஒன்று எனக்குள் கட்டளையிட்டது.

நான் ஓடிப் போய் அவளது மடியில் படுத்துக் கொண்டேன். அவளது மார்பகங்களை முதல்முறையாக அழுத்தும்போது அவை மிருது வான இலவம் பஞ்சடைத்ததுபோல இருந்தன. நான் அவளது ஸ்கர்ட்டை மெதுவாகத் தூக்கினேன். சட்டையின் மேல் பட்டன் களை அவிழ்த்தேன். என்னைத் தடுக்காமல் வினோதமாகப் பார்த்தாள். பட்டன்களைக் கழற்ற அவள் அனுமதித்தாள். நான் பிரா போடாத அவள் வெறும் மார்பில் முகம் புதைத்து வெறுமனே படுத்துக் கொண்டேன். அவள் என்னை மல்லாக்கக் கிடத்தி, என்னுடைய பேன்ட்டைப் பிடித்து உருவி என்னவெல்லாமோ செய்து பார்த்தாள். நான் எழுச்சி கொள்ளவேயில்லை. துவண்டு கிடந்தேன். அவள் என் சிந்தனையில் உடல் உறவுக்கான புள்ளி உருவாகவே இல்லை என்பதை உணர்ந்து கொண்டாள். ஒரு போதைக்காரனின் சிந்தனை அறுபடல் இன்னொரு போதைக் காரனுக்குத் தெரியாதா என்ன? இடையில் ஒரு முறை நிமிர்ந்து பார்த்தபோது என்னுடைய முகத்தைப் பார்த்துச் சிரித்துக் கொண்டிருந்தாள். என்னுடைய அத்தை சிரிப்பது போலவே இருந்தது. அன்றைய இரவில் நான் என் கூட்டில் தூங்கினேன். பாதுகாப்பாகத் தலையணைக்குப் பதிலாக அவளை அணைத்துக் கொண்டு தூங்கினேன். காலையில் எழுந்தபோது மையல் விலகிக் காதல் வந்திருந்தது. அவளது கண்களைத் தற்செயலாகப் பார்ப்பது போல பார்த்தேன். அவளது கண்களில் சத்தியமாய் ஒன்றுமே

இல்லை. நம்புங்கள். அதற்கப்புறம் கொஞ்ச நாள் டெய்ஸியைப் பார்க்கப் போவதைத் தவிர்த்தேன்.

பழனியில் இருந்து அழைத்தபோது மறுபடியும் காஞ்சிரம்பள்ளிக்கு அழைத்தாள். நீண்ட இடைவெளிக்குப் பிறகு அவளைப் பார்க்கப் போகிற சந்தோஷத்தில் இருந்தபோது உடனடியாக அந்த எண்ணிற்கு அவளே அழைத்தாள். ‘‘இப்போது வேண்டாம். எதற்கும் ஒரு வாரம் கழித்துக் கூப்பிடு’’ என்று சொல்லிவிட்டு உரையாடலைத் துண்டித்தாள். பிறகு அது அணைக்கப்பட்டுவிட்டது.

௬

எங்கள் விடுதியில் இருந்து அன்றைக்கு சர்வேஸ்வரனையும் என்னையும் டிஸ்சார்ஜ் பண்ணினார்கள். என்னை அழைத்துப் போக அம்மா வந்திருந்தது. சர்வேஸ்வரனை அழைத்துப் போக யாரும் வரவில்லை. இத்தனைக்கும் ஒரு மணி நேரம் பயணம் செய்கிற தூரத்தில்தான் அவனது ஊர் இருக்கின்றது. அந்தக் கதையைக் கொஞ்ச நேரம் கழித்து உங்களுக்குச் சொல்கிறேன். நான் எப்படி இந்த விடுதிக்கு வந்து சேர்ந்தேன்?

கல்லூரி முடிந்து வேலை கிடைக்கும் வரையிலான இடைப்பட்ட காலத்தில் மூன்று நேரமும் குடியிலிருந்தேன். காலையில் ஆறு மணிக்கே ஆரம்பித்துவிடுவேன். தன்னை மறக்கிற குடி. குடிக்கா விட்டால் இரண்டு இட்லி கூட என்னால் சாப்பிட முடியாது. நெஞ்சை அழுத்திப் பிடிப்பதுபோல ஒரு வலி குடிக்காதபோது இருக்கும். குடித்தால்தான் அது அடங்கும். கால்கள் எப்போதும் நடுங்கிக்கொண்டே இருக்கும். பார்த்தாலே தெரியும். மரணக் குடிகாரனென்று. இன்னும் ஒரு வார காலத்தில் செத்துவிடுவேன் என உணர்ந்தபோது, என்னை நண்பர்கள் ஒரு மனநல மருத்துவரிடம் அழைத்துப் போனார்கள். அவர் என்னைப் பரிசோதித்துவிட்டு, ''இவருக்கு குடி பிரச்சினையில்லை. அடியாழத்தில் ஒருவித பயத்தோடு வாழ்ந்து கொண்டிருக்கிறார். அதைச் சரி செய்தால் ஒழிய இவரை மாற்றுவதற்கு வழியே இல்லை. அதற்கான சிகிச்சை முறைகள் இப்போது வந்துவிட்டன. பெங்களூரில் ஒரு டாக்டருக்கு பரிந்துரைக்கிறேன். போய்ப் பாருங்கள்'' என்று நண்பர்களிடம் சொன்னார்.

நண்பர்கள் என்னை அழைத்துக்கொண்டு பெங்களூருக்குக் கிளம்பிப் போனார்கள். போனோம் என்று ஏன் சொல்லவில்லை என்றால், கிட்டதட்ட ஒரு பிணம்போல காரில் போதையில் படுத்துக் கொண்டுதான் பயணித்தேன். அது ஒரு புது விதமான சிகிச்சை முறை. பாஸ்ட் லைஃப் ரெகரஷன் தெரபி என்பார்கள். ஹிப்னாடிசம் மூலம் தூங்க வைத்து நம்முடைய ஆழ்மனதில் பதிந்திருக்கும் பூர்வ ஜென்ம ஞாபகங்களைக் கிளறி அதில் ஏதேனும் சிக்குகள் இருந்தால், சஜஷன்ஸ் என்கிற மெல்ல காதில் ஓதும் ஒரு முறை வழியாக அதைச் சரி செய்வார்கள். இது உண்மையா, பொய்யா என்ற சிக்கல் உங்களைப் போலவே எனக்கும் இருக்கிறது. சிலருக்கு ஒரே அமர்விலேயே சரியாகி விடும். சிலருக்கு மேலும் சில பல அமர்வுகள் தேவைப்படும். மாய மந்திரம் போலதான் இதுவும் என எனக்குத் தோன்றியது. ஆனால், அந்த டாக்டர் மந்திரவாதிபோல முடி வளர்த்திருந்தாலும், டிப் டாப்பாக உடை அணிந்து இருந்தார். கல்லூரிப் பேராசிரியர்போல இருந்தார். இதைப் பற்றி ஒரு தமிழ்ப் படம் கூட வந்திருக்கிறது என்று நினைக்கிறேன்.

என்னைப் பரிசோதிப்பதற்கு முன்பு அந்த பெங்களூர் டாக்டர் ஒரு கதை சொன்னார். ஒருவருக்குப் பாம்பென்றால் பயம். பயம் என்றால் எப்படித் தெரியுமா? பாம்பு என்று எங்காவது எழுதிப் போட்டிருந் தாலே மயங்கி விடுவார். பாம்பு என மனதால் நினைத்தாலே கீழே சுருண்டு விழுந்து விடுவார். அவரை ஆழ்நிலை உறக்கத்திற்கு அழைத்துச் சென்றபோது ஒரு கதையைச் சொல்லியிருக்கிறார். அவரது பூர்வ ஜென்மம் ஒன்றில் அவர் கோயில் ஒன்றின் பூசாரியாக இருந்திருக்கிறார். அவருடைய அத்தை பெண்ணைக் காதலித்திருக் கிறார். ஒரு தடவை பூஜைக்குக் கிளம்பும்போது, வாத நாராயணி மரத்தடியில் பாம்பு கடித்துச் செத்துப் போய்விட்டாராம். அதுதான் அவரது பயத்திற்குக் காரணம் என்று கண்டுபிடித்திருக்கிறார்கள். ஆழ்நிலை உறக்கத்தில் அவர் சொன்ன அடையாளங்களை வைத்து அந்த இடத்தை அவருடைய நண்பர்களும் டாக்டரும் சேர்ந்து தேடிப் போயிருக்கிறார்கள். அதே மாதிரியான கோயில் இருந்திருக்கிறது. தெப்பக் குளமும் இருந்திருக்கிறது. வாத நாராயண மரமும் இருந்திருக்கிறது. அவரது பூர்வீகப் பெயர் ஜம்புலிங்கம். ஜம்புலிங்கம் என்று இந்த ஊரில் எப்போதாவது ஒரு ஆள் இருந்திருக்கிறாரா என்று கேட்டிருக்கிறார்கள். ஜம்புலிங்கம் என்பது பொதுவான பெயர்தானே? ஆமாம் என்று சொல்லி ஒரு கதை சொல்லி யிருக்கிறார்கள் அங்கே.

அந்த ஊரில் 90 வயதுப் பாட்டி ஒன்று திருமணம் செய்துகொள்ளாமல் இருந்திருக்கிறது. அவரது மாமன் மகன் ஜம்புலிங்கம் பாம்பு கடித்துச்

செத்துப் போயிருக்கிறார். மனதளவில் விவாகம் முடிந்துவிட்டதால் அந்தப் பாட்டி இன்னொரு திருமணம் செய்துகொள்ளவே இல்லையாம். இந்தக் கதையைக் கேட்டதும் எனக்குப் புல்லரித்து விட்டது. ஒரு ஆரம்ப கட்ட நம்பிக்கையும் வந்துவிட்டது. அப்புறம் அவர் சிகிச்சையின் வழியாக என்ன ஆனார்? அவரது மனதில் இருந்த பாம்பு குறித்த பயத்தைப் போக்கிய பிறகு அவர் ஆளே மாறிப் போய்விட்டார் என ஒரு வீடியோவைப் போட்டுக் காட்டினார்கள். அந்த நபர் பயந்து நடுங்கியதிலிருந்து அவர் பாம்புகளோடு விளையாடிய வரைக்குமான அத்தனை சம்பவங்களையும் காட்சியாகப் பதிவு செய்திருந்தனர். அந்த வீடியோவில் அவர் பாம்புகளுக்கு முத்தமெல்லாம் கூட கொடுத்தார். எனக்கு அந்தக் காட்சிகளைப் பார்க்கையில் ஆச்சரியமாக இருந்தது. செட்டப் செய்து எடுத்திருப்பார்களோ என்றுகூட தோன்றியது. வீடியோவில் இருந்த அந்த ஆளைப் பார்க்கையில், ஆர்ட்டிஸ்ட் மாதிரி தெரியவில்லை. ஆனால், டாக்டர் வேறு சில கதைகளையும் நான் நம்புவதற்காகச் சொன்னார்.

சாஃப்ட்வேர் கம்பெனியில் வேலை பார்க்கும் பெண்ணொருத்தி தூங்கும்போது அடிக்கடி ஒருத்தனைப் பழி வாங்கப் போகிறேன் என்று சொல்லிக்கொண்டே இருப்பாளாம். இதனால் தூக்கம் கெட்டுப் போய் அரைப் பைத்தியம் ஆகிவிட்டாள். அவளை ஆழ்நிலை உறக்கத்திற்கு அழைத்துப் போனபோது அவள் ஒரு ஜென்மத்தில் ஆணாக இருந்திருக்கிறாள். அந்த ஆண் நயவஞ்சகமாக சொத்துக்காகக் கொல்லப்பட்டிருக்கிறான். விலாவில் கத்தியால் குத்திக் கொன்றிருக்கிறார்கள் என்று ஒரு கதை வெளியே வந்திருக்கிறது. அவள் சொன்ன காலத்தில் வந்த பத்திரிகைகளை எடுத்துப் பார்த்தால், அப்படியான கொலை ஒன்று நடந்திருக்கிறது. இந்த ஜென்மத்தில் அவள் அடிக்கடி விலாவில் வலிக்கிறது என்று சொல்லிக்கொண்டே இருப்பாள் என அவளுடைய பெற்றோர் உறுதி செய்திருக்கின்றனர். சிகிச்சைக்குப் பிறகு அவளுடைய விலா வலியும் போய்விட்டதாம். நன்றாகத் தூங்கவும் செய்தாளாம். இந்தக் கதைகளையெல்லாம் கேட்ட பிறகு எனக்கு டாக்டரின் மீது நம்பிக்கை வந்துவிட்டது.

டாக்டர் என்னைப் படுக்க வைத்து சிகிச்சைகளை ஆரம்பித்தார். அவர் மெதுவாகச் சொல்ல ஆரம்பித்தார். நான் உங்களிடம் என்னுடைய கதையைச் சொல்ல ஆரம்பிக்கும்போது, ஒரு புகை மூட்டத்தை விலக்கிப் பார்க்கச் சொன்னேனே, அதைப்போல அவரும் பார்க்கச் சொன்னார். என்ன காட்சிகள் தெரிகின்றன என்றார். எனக்கு ஒன்றும்

தெரியவில்லை. இரவு முழுவதும் காரில் சரியாகத் தூங்கவில்லை என்பதாலும் மட்ட ரகமான மென்ஸ் கிளப் பிராந்தி அடித்ததாலும் தூக்கம்தான் வந்தது. அதை அவரிடம் சொன்னேன். அவர் பல்வேறு வகையான முறைகளில் என்னை ஆழ்நிலைக்குக் கொண்டுபோக முயற்சிகள் செய்து தோற்றுப் போனார். ''என் சர்வீஸில் இப்படி ஒரு ஆளைப் பார்த்ததில்லை. இவரது ஆழ் மனதிற்குள் என்னால் போக இயலவில்லை. இவர் அடியாழத்திற்கு யாரையும் அனுமதிப்ப தில்லை. இவர் ஆழ்நிலையில் உறைந்து போயிருக்கிறார். வேறு வகையான மருத்துவங்கள் செய்து பாருங்கள். ஆனால், இவர் ஒரு விஷயத்தை நம்பத் துவங்க வேண்டும். ஆனால், நம்புகிற புள்ளியை அவர் இன்னும் கண்டடையவில்லை. ஒரு வேளை நாளை கூட அந்தப் புள்ளி அவருக்குத் தென்படலாம். இவருக்காகப் பிரார்த்திக்கிறேன்'' என்று சொல்லி அனுப்பி வைத்தார். அந்த அறையை விட்டு வெளியேறுவதற்கு முன்பு டாக்டர் அழகான ஆங்கிலத்தில் என்னிடம், ''உச்சி என்று பயப்படுகிறீர்கள். மேலேயும் நின்றுகொள்ள ஒரு சமவெளி இருக்கிறது'' என்றார். அவர் என்ன சொல்ல வருகிறார் என்பதை நான் புரிந்துகொள்ளும் நிலையில்தான் இருந்தேன்.

நான் மருத்துவமனையை விட்டு வெளியே வந்ததும் குடிக்கப் போனேன். நண்பர்கள் என்னை வித்தியாசமானவர்களாகப் பார்த்தார்கள். என்னைப் பார்த்து ஒருவன் பயப்படக் கூட செய்தான். நான் அதற்கடுத்து குடியில் விழுந்தேன். இடையில் ஒரு நாள் நெஞ்சு வலிப்பதுபோல இருந்தது. மூச்சு வாங்கியது. உடனடியாக மருத்துவமனைக்குத் தனியாக ஓடினேன். ஆனால், உள்ளே போகப் பயமாக இருந்தது. தனியாகச் செத்துப்போகத் துணியவில்லை. இருக்கிற காசைக் கொடுத்து ஒரு காரை புக் செய்து ஊருக்கு ஓடிப் போனேன். அம்மாவின் காலைப் பிடித்துக்கொண்டு பயத்தில் அழுதேன். அத்தையைப் பார்க்கப் போக பயம். என் கோலத்தைப் பார்த்துவிட்டு துத்தத்தைத் தின்றுவிட்டால்? அம்மா கொண்டுவந்து விடுதியில் சேர்த்தது. அன்றைக்கு விடுதலை.

அம்மா வாசலில் வைத்து சத்தியம் கேட்டது. சர்வேஸ்வரன் தனியே நிற்பதைப் பார்த்துவிட்டு, 'இங்கே வாய்யா' என அழைத்து அவனையும் சத்தியம் பண்ணச் சொல்லியது. அவன் சந்தோஷமாக சத்தியம் பண்ணினான். சர்வேஸ் பூர்வீகமான நகை வியாபாரக் குடும்பம். மூன்று அண்ணன்கள். அத்தனை பேருக்கும் திருமணம் ஆகிவிட்டது. இவன் கடைக்குட்டி. மூத்த அண்ணன், எல்லோரும் வாங்க வேண்டாம் என்று தடுத்தும் ஒரு நிலத்தை வாங்கிப்

போட்டான். அதிலிருந்து அடுக்கடுக்கான சோதனைகள். ஆட்டைத் தூக்கி குட்டியில் போட்டார்கள். குட்டியைத் தூக்கி ஆட்டில் போட்டார்கள். நஷ்டத்திற்கு மேல் நஷ்டம். வாங்கிய நிலத்தை விற்க முடியவில்லை. நில அபகரிப்பாளர்கள் அந்த நிலத்தின் மீது போலி டாகுமென்ட் போட்டு சச்சரவில் கொண்டுபோய் நிறுத்தினார்கள். பல்வேறு நெருக்கடிகளை அடுத்து மூன்று அண்ணன்களும் அடுத்தடுத்து தற்கொலை செய்துகொண்டனர். சிதறிவிட்டது குடும்பம். கடைசியில் தப்பிப் பிழைத்திருப்பவன் இவன் மட்டும் தான். அங்கிருந்து தப்பித்து போதையில் விழுந்தான். இப்போது மறுபடியும் எழுந்து தன்னம்பிக்கையோடு தன்னுடைய பிரச்சினை களைச் சமாளிக்க கிளம்பிப் போகிறான். அவனுடைய தன்னம்பிக்கை அம்மாவுக்குச் செய்து கொடுத்த சத்தியத்தில் தெரிந்தது.

அம்மா அவனையும் அழைத்துக்கொண்டு எங்கள் வீட்டிற்கு வந்தது. அவன் ஒரு வார காலம் தங்கியிருந்தான். அத்தை வீட்டிற்கு அழைத்துப் போனேன். என்னுடைய உடல் தோற்றத்தைப் பார்த்து விட்டு அத்தை பதறிவிட்டது. வைரல் காய்ச்சல் என்று பொய் சொன்னேன். ஒரு ஊருக்கே தெரியாமல் அம்மா எப்படி இந்த விஷயத்தை மறைத்து வைத்திருந்தது என்பதை நினைக்கையில் ஆச்சரியமாக இருந்தது. அத்தை பால் பாயாசம் செய்து கொடுத்தது. இவன் சொல்வதை அத்தைக்கு விளங்குவதுபோல நான் சொன்னதைப் பார்த்து விழுந்து விழுந்து சிரித்தான். கோட்டிப் பயலே என்று சொல்லிவிட்டு அத்தையும் சேர்ந்து சிரித்தது. அவன் நம்பிக்கையாய்க் கிளம்பிப் போனான். இன்னொரு வாரம் இருந்துவிட்டுப் போகலாமே என அத்தை தடுத்தது. ''என் வீட்டுக்கு கிளம்பிப் போக வேண்டுமா என யோசித்துக் கொண்டிருந்தேன். உங்களையெல்லாம் பார்த்த பிறகு எனக்கு வாழ ஆசை வந்து விட்டது. அதுவும் உன்னுடைய அத்தையைப் பார்த்த பிறகு போராடிப் பார்த்துவிடலாம் என்கிற நம்பிக்கை வந்துவிட்டது நண்பா'' என்று சொல்லிவிட்டுக் கிளம்பிப் போனான். அதற்கடுத்து அவனை நான் பார்க்க விரும்பவில்லை. தொடர்புகளைத் துண்டித்தேன்.

நிச்சயம் சர்வேஸ், அம்மாவுக்குச் செய்து தந்திருந்த சத்தியத்தைக் காப்பாற்றுவான் என்கிற நம்பிக்கை எனக்கிருந்தது. சத்தியம் செய்து கொடுக்கும்போது அவனது கண்களில் நான் அந்த ஒளியைப் பார்த்தேன். நான் கொஞ்ச காலம் அந்தச் சத்தியத்தைக் காப்பாற்றினேன். அதற்கடுத்து காப்பாற்றவில்லை. இடையில் கொஞ்ச நாள் அம்மா சந்தோஷமாக இருந்தது. எனக்கு என்ன

நடந்தது என்பது பற்றி மேலும் அறியாத அத்தையும் சந்தோஷமாக இருந்தது. இடையில் மனது கேட்காமல் ஒரு முறை சொல்லிக் கொள்ளாமல் அவனைத் தேடிப் போனேன். என்னை வாசலிலேயே மறித்தான். தெரு முனையிலிருந்த டீக்கடைக்கு அழைத்துப் போனான். அவன் சாதாரண சிகரெட் கூட புகைக்கவில்லை. அமைதியாய் வேறு பக்கம் திரும்பி அமர்ந்துகொண்டான். ஒரு கால் மணி நேரம் அப்படியே அமர்ந்திருந்தோம். எனக்கு அவமானமாக இருந்தது. எழுந்து நடந்தேன். திரும்பியே பார்க்கவில்லை.

16

நான் சென்னையில் இருந்தபோது ஒரு நாள் திருவல்லிக்கேணி பார்த்தசாரதி கோயிலுக்குப் போக வேண்டுமென தோன்றிக் கொண்டே இருந்தது. போனபோது உள்ளே போக விருப்பம் இல்லை. அந்த அதிகாலையில் கோயிலைச் சுற்றியுள்ள மண்டபத்தில் உலவிக் கொண்டிருந்தேன். அப்போது அங்கே பிச்சையெடுக்கும் பாட்டி ஒன்று என்னை அருகே வரச் சொன்னது. நான் போகும்போதே பாக்கெட்டிலிருந்து பணத்தை எடுத்துக் கொண்டு குனிந்தேன். பாட்டி வாங்கிக்கொள்ள மறுத்துவிட்டது. பிறகு என்ன வேண்டும் என்றேன். பாட்டி தினத்தந்தி பேப்பர் ஒன்றும், ஹிந்து பேப்பர் ஒன்றும் வாங்கித் தரச் சொன்னது. நிச்சயம் பாட்டிக்கு எண்பது வயதிருக்கும். எதை நோக்கி இந்தச் சங்கிலியில் இருந்து பாட்டி துண்டித்துக் கொள்ளாமல் இருக்கிறது? இந்த உலகத்தை அறிய வேண்டும் என்கிற பற்றைக் கைவிடாமல் இருப்பதை நினைத்து ஆச்சரியமாக இருந்தது. நான் தேடியலைந்து வாங்கிக்கொண்டு வந்து கொடுத்தேன். பாட்டியின் கண்களில் ஒளி தெரிந்தது. என்னிடம் இல்லாத ஒளி அது. பார்த்தசாரதியிடம் பாடம் படிக்க என்னிடம் எதுவுமில்லை. பாட்டியிடம்தான் பாடம் கற்றுக் கொண்டேன்.

அதிகாலையில் அங்கே அந்த இளைஞர்களையும் பார்த்தேன். இருவரும் ஏற்கெனவே அறிமுகமானவர்கள்தான். எங்களது நெட்வொர்க்கின் கடைசிச் சங்கிலியில் இருக்கிறார்கள். என்னை நோக்கி ஓடி வந்தார்கள். இதில் ஒருத்தரின் அப்பா செருப்புக் கடை வைத்திருக்கிறார். ஆரம்பத்தில் செருப்பு தைத்தார். பின்னர் செருப்பு

தைக்கும் தொழிற்சாலையில் தைத்தார். அந்தத் தொழிலில் பயன் படுத்தும் வொயிட்னரை முகர்வதில் இருந்து அந்தப் பையன்கள் போதையடிக்க ஆரம்பித்தனர். உடன் இருப்பவன் அவனுடைய நண்பன். வட இந்தியன். எந்த மாநிலம் என்று தெரியவில்லை. நன்றாகத் தமிழ் பேசுவான். போதை நெட்வொர்க்கில் சிறு வியாபாரி களாக இருக்கிறார்கள். சென்னையில் உள்ள கல்லூரிகளைப் பற்றி மட்டுமே நீங்கள் பேசிக் கொண்டிருக்கிறீர்கள். தமிழகமெங்கும் உள்ள அத்தனை கல்லூரிகளிலும் போதைக் கலாசாரம் வேர் விட்டு விட்டது. அதிலும் கோவையில் கொடி கட்டிப் பறக்கிறது.

இது ஒரு ரகசிய நெட்வொர்க். இது எப்படி இயங்குகிறது என்பது காவல் துறையினருக்கும் நன்றாகவே தெரியும். பெரிய மட்டத்து பிஸினஸ் இது என்பதால் அவ்வப்போது கைது செய்வதைப்போல ஷோக்கு மட்டும் காட்டுவார்கள். அதற்காக வெளிப்படையாக எல்லாம் களத்தில் குதிக்கக் கூடாது. எவ்வளவுக்கு எவ்வளவு மறைவாக வியாபாரம் செய்யவேண்டுமோ அப்படிச் செய்ய வேண்டும். சொல்லி வைத்து சிறு குழந்தைகள் விளையாடும் திருடன் போலீஸ் ஆட்டம்போல இது. ஏனெனில் இதன் பயனாளர்களில் மேல் தட்டு மக்கள்தான் அதிகம் இருக்கிறார்கள்.

உதாரணத்திற்கு ஒரு விஷயம் சொல்கிறேன், கேளுங்களேன். நேரம் கிடைக்கும்போது ஒரு பௌர்ணமி இரவில் போய்ப் பாருங்கள். சென்னையின் மையப் பகுதியான கிண்டி தொழிற் பேட்டைக்குள் ஒரு சமாதி ஒன்று இருக்கிறது. நயினார் சமாதி என்றுதான் ஞாபகத்தில் இருக்கிறது. பிரிட்டிஷார் காலத்தில் அங்குள்ள அதிகாரி ஒருவருக்கு சமையல்காரராக இருந்த அவர், அவர்களுடைய குழந்தைகளுக்கு நிறைய சித்து விளையாட்டுகளைக் காட்டியிருக்கிறார். இதில் அசந்து போன வெள்ளைக்காரர்கள் அவருக்கு நில புலன்களை நிறைய தானமாக வழங்கியிருக்கின்றனர். அவர் இறந்த பிறகு அங்கு அடக்கம் செய்யப்பட்டிருக்கிறார். 'உள்ளுள் உத்தமனைக் காண்பது' என்பதுதான் அவருடைய போதனை. ஒவ்வொரு பௌர்ணமியன்று இரவும் அந்தச் சமாதிக் கோயில் விசேஷமாக இருக்கும். ஊரிலுள்ள அத்தனை வித போதைக்காரர்களும் அங்கே கூடுவார்கள். சூஃபிக்களும் பக்கிரிகளும் உள்ளுள் உத்தமனைக் காண்பதற்காக அங்கு கூடுவார்கள். இரவு முழுக்கத் தம்மை மறந்து பல்வேறு பாடல்களைப் பாடியபடி இருப்பார்கள்.

உங்களுக்குச் சென்னையின் கானாப் பாடல்களின் வரலாறு தெரிய வேண்டுமெனில், கண்டிப்பாக சென்று வாருங்கள். அதற்கு மேல் சொன்னால் சுவாரசியம் போய்விடும். இரவு முழுக்க சுடச் சுட கேசரி

போன்ற பிரசாதங்கள் பி.எம்.டபிள்யூக்களில் எல்லாம் கூட வந்தபடி இருக்கும். களைத்துப் போகாமல், போதையை ஏற்றிக்கொண்டு தங்களுக்குத் தெரிந்த பாடலைப் பாடவேண்டும். அந்தச் சமாதிக் கோயிலுக்கு நூறு மீட்டர் தூரத்தில் காவல் துறை ஜீப் நின்று கொண்டிருக்கும். அத்தனை விதமான போதை வியாபாரிகளும் அந்த இடத்திற்குள் இருக்கிறார்கள் என்பது போலீஸுக்குத் தெரியும். எல்லோரையும் பிடித்து உள்ளே போட்டால், போதை வியாபாரத்தில் சிறு தடங்கலை ஏற்படுத்த முடியுமே... ஆனால், செய்ய மாட்டார்கள்.

இது ஒரு ஜென்டில்மேன் ஒப்பந்தம். தவிர, குடியைப்போல இந்தப் போதைகள் சமூகத்திற்கு எதிராகச் செயல்படாது. குடித்தவன்தான் அமளியில் ஈடுபடுவான். இது போன்ற போதைகளில் ஈடுபடுகிற வர்கள் உள்ளடங்கிதான் இருப்பார்கள். அப்புறம் எதற்காக இதை அரசுகள் தடை செய்கின்றன? இந்த மாதிரி போதைகள் ஒரு மனிதனைச் சிந்திக்க வைக்கின்றன. சிந்தனைகள் அரசுக்கு எதிரானவை. அதனாலேயே சிந்தனைகளை அரசுகள் தடை செய்ய விரும்புகின்றன. அதனால் இந்த வகை போதைகளையும் தடை செய்கின்றன. இந்த விஷயம் காவல் துறையினருக்குத் தெரியும் என்பதாலேயே இவற்றைப் பெரிய அளவில் அவர்கள் கண்டு கொள்வதில்லை. அவர்களும் கூட அரசுக்கு எதிராகச் சிந்திப்பவர்கள் தானே? தங்களுக்கான சங்கம் வைத்துக்கொள்ள அனுமதி கொடுக்கப்படாதவர்கள் அப்புறம் வேறு எப்படி யோசிப்பார்கள்? இதன் மூலம் அரசாங்கத்தை அவர்கள் பழி வாங்குவதாக நினைத்துக் கொள்கிறார்களோ என்றுகூட எனக்குத் தோன்றுவதுண்டு. இப்படி நினைப்பது என் குறைவுபட்ட புரிதலாகக் கூட இருக்கலாம். தோன்றியது என்பதாலேயே இதைச் சொல்லிவிட்டேன். என்னால் வம்பு வழக்கு என்றெல்லாம் அலைய முடியாது. என்னுடைய அனுபவத்தாலேயே நான் ஸ்கோர் செய்யப் போய் எந்தக் காவலரிடமும் மாட்டிக்கொண்டதே இல்லை. ஒரு தடவை காவலர் ஒருவர் என் கையில் இருப்பதைப் பார்த்துவிட்டு, ரொம்ப மட்டும் அடிக்காத என்று அட்வைஸ் சொல்லி அனுப்பி வைத்தார்.

அந்தச் சமாதிக் கோயிலில் உள்ள சுவர்கள் எல்லாம் போதையில் அலை அலையாய் ஆடுவதைப்போல இருந்தது. நான் உற்சாகமான மன நிலையில் இருந்தேன். எதைப் பற்றிய கவலையும் அப்போது என்னிடமில்லை. இடையில் உச்ச ஸ்தாயியில் பாடினேன். எனக்கு அந்தப் பாட்டொன்றுதான் உருப்படியாய் மனப்பாடமாகத் தெரியும்.

‘‘சிங்கக் குட்டிகள் பட்டினி கிடக்கும் ஏசு ராஜாவைப் பார்க்காமலே. எண்ணெயினால் என் தலையை அபிஷேகம் பண்ணுகின்றான். எதிரிகள் முன் விருந்தொன்றை ஆயத்தம் செய்கின்றான்’’ என நான் பாடியபோது அங்கிருந்த பக்கிரிகள் என்னை வித்தியாசமாகப் பார்த்தனர்.

என் சின்ன அத்தையை தேனியில் கட்டிக் கொடுத்திருந்தார்கள். அந்த மாமாவிற்கு ஒரு கண்ணில் காயம் ஏற்பட்டிருந்ததால் ஆட்டுக் கண்ணைப் பொருத்தியிருக்கிறார்கள் என்று சொன்னார்கள். அதெப்படி ஆட்டுக் கண்ணைப் பொருத்த முடியும் என அந்த வயதிலேயே நான் கேள்வி கேட்டேன். ஆனால், அப்படித்தான் என அடித்துச் சொன்னார்கள். அதனால் இரவு முழுக்க அந்த ஒரு கண் மட்டும் திறந்தபடி இருக்குமாம். அத்தை பயந்து போய் இனி வாழவே முடியாது என்று சொல்லி வீட்டிற்கு வந்துவிட்டது. முதல் அத்தையின் மச்சினனைத்தான் இரண்டாவதாகக் கல்யாணம் செய்து வைத்தார்கள். அந்த மாமா ஒரு குடிகார லோடு மேன். அத்தை வெறுத்துப் போய் கிறித்தவ மதத்தில் சேர்ந்துவிட்டது. சில சமயங்களில் என்னையும் அழைத்துக்கொண்டு சர்ச்சுக்குப் போகும். அப்படி சின்ன வயதில் சின்ன அத்தையோடு சர்ச்சுக்குப் போனபோது கற்றுக்கொண்டது அந்தப் பாடல். என் குடும்பத்தில் எல்லா மதங்களும் இருக்கின்றன. என் அப்பாவின் சொந்த அத்தை குடும்பத்தோடு இஸ்லாம் மதத்திற்கு மாறிவிட்டது. அந்த ஆச்சியின் குடும்பம் திடீரென கஷ்டத்தில் இருந்தபோது, இஸ்லாமிய முதலாளி உதவியிருக்கிறார். அதனால் அந்தத் தாத்தாவிற்கு அந்தக் குடும்பத்துடன் நெருக்கம் ஏற்பட்டிருக்கிறது. அந்த நெருக்கம் இஸ்லாம் மீதான ஈர்ப்பாகவும் மாறிவிட்டது. இப்படி மாறியதால் என்னுடைய தாத்தாவிற்கு அவருடைய தங்கையைப் பிடிக்காம லேயே போய்விட்டது என்று ஒரு தடவை அப்பா கதை சொல்லும் போது சொன்னார். திருப்பரங்குன்றத்தில் சந்தனக் கூடு விழாவிற் கெல்லாம் போயிருக்கிறேன். அப்பாவுக்கு ஊரில் ஒரு பிரச்சினை வந்தபோது இஸ்மாயில் தாத்தாதான் வந்தார். தீப்பெட்டிக் கடையில் இருந்த கம்பியை உருவச் சொல்லி அப்பாவுக்குக் கட்டளை போட்டார் தாத்தா. அப்பா தயங்கியபோது, ‘‘எடுடா என் மொட்டச்சு’’ என்று அப்பாவைப் பார்த்துச் சொன்னபோது எனக்குக் கோபமாக வந்தது. ஆனால், அப்பா சிரித்துக்கொண்டே எடுத்துக் கொடுத்தார். அப்பாவின் அத்தை பையன் என்கிற நெருக்கம் அது. இஸ்மாயில் தாத்தா செத்தபோது போனேன். அப்புறம் பாத்திமா அக்காவா, அத்தையா, அவர் கல்யாணத்திற்குப் போயிருந்தேன்.

கருக மணி கொண்டு தாலி கோர்க்கும் சடங்கு நடந்தபோது, அவர் என்னை மடியில் கிடத்திக் கொண்டார். அந்தப் பாசமான அணைப்பு இன்னமும் என் ஞாபகத்தில் இருக்கிறது. அதனால் எனக்கு தர்கா, கோயில் என எல்லாம் ஒன்றுதான். ஒரு நாளும் பிரித்தறிய நினைத்த தில்லை. அதனால்தான் கடவுளின் எல்லா வடிவங்களும் என்னை ஈர்க்கின்றன.

அந்தச் சமாதியில் வைத்துப் பார்த்த அத்தனை போதை வியாபாரி களும் கழுத்தில் பாளம் பாளமாகச் சங்கிலி போட்டிருந்தார்கள். ஆனால், என்னைப் பார்த்தசாரதி கோயிலில் சந்தித்த அந்த இளைஞர் களின் வாழ்வில் எந்த மாற்றமுமில்லை. இந்திய அளவில் வருடத்திற்குப் பத்தாயிரம் கோடி ரூபாய் புழங்கும் பிஸினஸ் இது. ஆனால், இதிலும் பஞ்சைப் பராரிகள் இருக்கிறார்கள். இந்தப் பையன்களால் இனி இதிலிருந்து விலகவே முடியாது. உழைத்தால் டானாகக் கூட ஆகலாம். அதுவரை அவர்கள் சாகாமல் இருக்க வேண்டும். இங்கு பிறப்பு எண்ணிக்கை மாதிரி, இறப்பு எண்ணிக்கையின் அளவு அதிகரித்தபடி இருக்கிறது. நாற்பது வயது மரணங்கள் அதிகரித்தபடி இருக்கின்றன. அந்தப் பையன்களைக் கேட்டால், இன்றைய தேதியில் சென்னையில் எத்தனை பேர் செத்திருக்கிறார்கள் என்பதைத் துல்லியமாகச் சொல்லிவிடுவார்கள். கஸ்டமர்கள் குறித்த தகவல்களை விரல் நுனியில் வைத்திருப்பார்கள்.

அதில் ஒரு பையன் அப்படியே நடிகர் தனுஷ் மாதிரியே இருந்தான். தனுஷ் மாதிரியே சிகையலங்காரம் பண்ணி உடைகளையும் போட்டிருந்தான். மேனரிசங்கள் கூட திரையில் பார்க்கும் தனுஷ் மாதிரியே இருந்தன. ''தனுஷ் ரசிகரா நீ?'' என்றேன். ''ஆமாம் சார். ஒரு தடவை பேட்டியில் எனக்கு உயரம் என்றால் பயம் என்று வெளிப்படையாகச் சொன்னார். அது எனக்கு பிடித்திருந்தது. இவ்வளவு பெரிய ஆளுக்கே உயரம் பற்றிய பயம் இருக்கிறது. எனக்கும் உயரம் என்றால் பயம். அதனால் ஒண்ணுக்குள் ஒண்ணாயிட்டோம் சார்'' என்றான். எந்தெந்த மாதிரியான புள்ளிகள் எல்லாம் ஒரு மனிதனை நோக்கி இன்னொரு மனிதனை ஈர்க்கிறது பாருங்கள். அந்தப் பையனால் நிச்சயம் பெரிய இடத்திற்கு வரவே முடியாது. இந்த உலகத்தின் பொதுக் குணமான பயம் வந்து அவனை ஒட்டிக்கொண்டுவிட்டது. அவனுக்கு மூக்கணாங்கயிறு போடப்பட்டு விட்டது. இனி அவன் இதிலேயே உழுது இதிலேயே புதைய வேண்டும். இன்னொரு இளைஞனைப் பார்த்தேன். அவன் கண்களில் இருந்த அதே ஒளி. எனக்கு அந்தப் பாட்டியிடம்

ஆசீர்வாதம் வாங்க வேண்டும்போல இருந்தது. அந்தப் பையன்களை அனுப்பிவிட்டு, அந்தப் பாட்டியிடம் போனேன். காலில் விழுந்து வணங்கினேன். என்ன ஏதென்று புரியாமல் திகைத்துப் போய்ப் பார்த்தது. கொஞ்சம் சுதாரித்துக்கொண்டு நல்லா இருப்பா என்று வாழ்த்தியது. இடுப்பிற்குள் முடிந்து வைத்திருந்த பையிலிருந்து ஒரு பத்து ரூபாயை எடுத்து என் கையில் திணித்தது. நான் வேண்டாம் என்று மறுக்காமல் அதை வாங்கிக்கொண்டேன். பார்த்தசாரதி கோயிலுக்குள் போகவேண்டிய தேவை எனக்கு ஏற்படவில்லை.

17

அன்று டெய்ஸி வெகு இயல்பாக என்னோடு இருக்கிறாள் என்பதை உணர்ந்தேன். நாங்கள் இருவரும் மலை உச்சிகளில் இருந்திருக்கிறோம். அடர் காடுகளில் தங்கியிருக்கிறோம். அப்போது கோனே அருவியிலும் தங்கியிருந்தோம். அவள்தான் அந்த உரையாடலை ஆரம்பித்தாள். அவள் இதற்கு முன் இப்படி நெகிழ்வாக என்னிடம் பேசியதில்லை. கண்ணாமூச்சி ஆட்டம் ஆடுவதைத் தவிர்த்து நேரடியான மொழியில் பேசிக் கொண்டிருந்தாள்.

''என்னை மீட்டெடுத்து உன்னுடைய உலகத்திற்குக் கொண்டுபோக வேண்டுமென தவிக்கிறாய். பார்ப்பதற்கு சந்தோஷமாக இருக்கிறது. ஆனால், சில சமயங்களில் எரிச்சலாகவும் இருக்கிறது. நீ அத்து மீறுகிறாய். என்னை இயல்பாக உணரவிடாமல் செய்கிறாய். இந்தக் கட்டுப்பாடுகள் பிடிக்கவில்லை என்பதால்தான் அதிலிருந்து நான் தப்பித்து வந்தேன். ஆனாலும் மறுபடியும் அந்தச் சுழலுக்குள் என்னை இழுத்துக் கொண்டிருக்கிறாய். அதிகப்படியான இடத்தை உனக்குக் கொடுத்துவிட்டேனோ என்று கூட சமயங்களில் நான் யோசிக்கிறேன். உன்னுடன் மனதளவில் அன்பு பாராட்டுகிறேன். உடலளவிலும் அன்பு பாராட்டுகிறேன். அதற்காக எனை உன்னோடு மட்டுமே ஏத்தி வைத்துக்கொள்ள வேண்டும் என்கிற சுயநலம் எனக்கு அச்சமூட்டுகிறது'' என்று சொல்லிக்கொண்டே எனக்கு அடுத்த சிகரெட்டை ரோல் பண்ணச் சொல்லி சைகை காட்டினாள். நான் அமைதியாக அந்த வேலையைப் பார்க்க ஆரம்பித்தேன்.

''உன் அம்மாவைப் போய்ப் பார். அந்த உலகம்தான் பாதுகாப்பானது. உன் அம்மா உன்னிடம் கோபப்படுகிறதென்றால் அதற்குக் காரணம்

நீதான். இந்த ஜனநாயக நாட்டில் உங்கள் மாமாவால் எதையும் புடுங்கிவிட முடியாது. பயத்தை விட்டொழி. தேவையில்லாமல் முதுகுக்குப் பின்னால் ஒளிந்து விளையாடும் ஆட்டத்தை விட்டு விடு. பார்ப்பதற்கு அசிங்கமாக இருக்கிறது'' என்றாள்.

''அப்புறம் நீ என்ன ஆடுகிறாய்?'' என்றேன்.

''நீ கேடயமாக இந்த உலகத்தை பயன்படுத்துகிறாய். நான் உடையாய் பயன்படுத்துகிறேன்'' என்று சொல்லிவிட்டு, ஏதாவது ஒரு உலகத்திற்காவது நேர்மையாக இரு என்றாள்.

நான் அவளிடம் விவாதம் பண்ண விரும்பவில்லை. அவள் பேசிய தொனியும் விதமும் அது குறித்து ஆழமாகச் சிந்திக்கத் தூண்டியது. அம்மா என்கிற சிந்தனைப் புள்ளியின் துவக்கத்தைத் தொட நினைத்தேன். அடிக்கடி சிந்தனைப் புள்ளி என்கிறேனே, அது என்ன என்று கேட்கலாம் நீங்கள். இந்தப் போதை உலகில் இருப்பவர் க்ளிடம் ஒரு பொதுத் தன்மை இருக்கும். ஒரு நேரத்தில் ஒன்றைப் பற்றி மட்டுமே சிந்திக்க முடியும். அப்படி ஒரு விஷயத்தைப் பற்றி மட்டுமே திரும்பத் திரும்பச் சிந்திப்பவர்களைப் பைத்தியம் என்று வழக்கமாக இந்த உலகம் சொல்கிறது. இந்த உலகமே சிந்தனைகளில் அலை பாயச் சொல்கிறது. அப்படிச் சிந்தித்துக் கொண்டிருக்கும்போது அந்தச் சங்கிலியில் ஒரு இழை அறுந்து விட்டதென்றால் இதுவரை சொல்லிக் கொண்டிருந்த அத்தனையும் மறந்துவிடும். அனுபவசாலிகளால்தான் பின்னர் அவற்றை விரட்டிப் பிடிக்க முடியும். உங்களுக்கு ஒண்ணுக்குப் போகவேண்டும் என்று தோன்றினால் அடுத்த சிந்தனை தானாக வரும் வரை அதைப் பற்றி மட்டுமே சிந்தித்துக் கொண்டிருப்பீர்கள். கழிவிரக்கச் சிந்தனைகள் வந்துவிட்டால், ஒரு குடத்தில் பிடிக்கிற அளவுக்கு அழுதுகொண்டே இருப்பீர்கள்.

ஒரு தடவை எனக்குப் பிணம் குறித்த சிந்தனை வந்துவிட்டது. அந்தப் பழைய பயமும் ஞாபகத்திற்கு வந்துவிட்டது. அடுத்த ஒரு மணி நேரம் நான் வெறுமனே பயத்தில் நடுங்கிக் கொண்டிருந்ததாகப் பின்னர் என்னுடைய நண்பர்கள் சொன்னார்கள். பல்வேறு வகையான பிணங்கள் வரிசையாய்க் காட்சியில் வந்தன. செத்துப் போன என்னுடைய நண்பர்கள் எல்லாம் படுத்த வாக்கில் வந்தார்கள். அந்த அறையெங்கும் பன்னீர் வாசனை வந்துகொண்டே இருந்தது. இப்போதெல்லாம் பிணங்களுக்கு யாரும் பன்னீர் தெளிப்பதில்லை. அப்பா இறந்தபோது தெளித்தார்கள். அந்த வாடை நிரந்தரமாக என்னுள் தங்கிவிட்டது. சாதாரணமாக நான் சாலையைக் கடக்கும்போது ஏதாவதொரு பிண வண்டி போனால், உடனடியாக

என்னுடைய நாசியில் பன்னீர் வாடையும், கூடவே சாமந்திப் பூ வாடையும் ஒட்டிக் கொள்ளும். அப்பாவின் முகம் காரணமில்லாமல் வரும். அவரது இறுதிச் சடங்கில் அவருக்குத் தலையில் எண்ணெய் வைக்க என்னைக் கொண்டுபோனார்கள். அதிலிருந்து நான் எந்தப் பிணங்களுக்கு அருகிலும் சென்றதே இல்லை. அம்மாவும் அத்தையும் செத்துவிடக் கூடாது என பல நேரங்களில் வேண்டிக் கொள்வது அன்பிற்காக மட்டுமல்ல. அவர்களது பிணங்களுக்குப் பக்கத்தில் நான் போயே ஆகவேண்டும் என்கிற கட்டாயத்தில் இருந்து தப்பிப்பதற்காகவும்தான் அப்படி ஆகக்கூடாது என்று வேண்டுகிறேன். எனக்கே புரிகிறது. அதைத் தள்ளித்தான் போட முடியும்.

ஒரு முறை நண்பன் ஒருவன் என்னை இந்தப் பயத்திலிருந்து விடுவிப்பதற்காக மார்ச்சுவரி ஒன்றிற்கு அழைத்துப் போனான். அவனுடைய அப்பா அங்கே வேலை பார்த்தார். அந்த அறை வாசலுக்குப் போவதற்குள் பயத்தில் மயங்கிக் கீழே விழுந்து விட்டேன். அவனுடைய அப்பா எனக்குப் புரிய வைக்க முயற்சி செய்தார். என்னால் செத்துக் கிடக்கிற நாயின் பிணத்தைக்கூட பார்க்க முடிவதில்லை என்று சொன்னேன். அவர் போஸ்ட்மார்ட்டம் செய்வதை ஒரு முறை பார்த்துவிட்டால், அந்தப் பயம் போய் விடும் என்றார். எனக்கு வியர்த்துக் கொட்டியது. மார்பு வலிப்பதுபோல இருக்கிறது என்றேன். பிறகு அவரே வேண்டாம் என்று விட்டு விட்டார். அவர் மட்டும் எப்படிப் பயப்படாமல் இருக்கிறார் என்று என் பதற்றம் எல்லாம் அடங்கிய பிறகு கேட்டேன். இதுதான் வாழ்க்கை என்று விதிக்கப்பட்டு விட்டால், அதை எதிர்கொள்ளத் தயாராகிவிட்டால், எந்தப் பயமும் நம்மை விட்டு விலகிவிடும் என்றார்.

''உன்னைப் பொறுத்தவரை பிணம் என்பது ஒரு காரணம். அடியாழத்தில் நீ பயப்படுகிறவனாக இருக்கிறாய். அது போய் விட்டால் உனக்கு எது குறித்த பயமும் போய்விடும். பயம் என்பது ஒரு கெட்ட பழக்கம்'' என்று சொல்லிவிட்டு, அவர் அவருக்குத் தெரிந்த பையன் ஒருவனின் கதையைச் சொன்னார். அந்தப் பையன் சாத்தூர் பக்கத்தில் இருந்து வந்திருக்கிறான். இங்கே ஆம்புலன்ஸில் டிரைவராக இருக்கிறான். இதுவரை ஆயிரம் பிணங்களையாவது ஏற்றிக்கொண்டு போயிருப்பான் என்றார். அவனுடைய சின்ன வயது அனுபவத்தைச் சொன்னார். அவனது ஊர்ப் பக்கமெல்லாம் யாராவது இறந்துவிட்டால் குழிக்குள் அமர வைத்துப் புதைப்பார்களாம். இறுதிச் சடங்கு நடக்கும்போது, குழிக்குள் சில சிறுவர்களை இறக்கி பிணத்தின் முன்னால் ஒரு இலையைப் பரப்பி அதில் அவருக்குப்

பிடித்த பண்டங்களை வைப்பார்களாம். அந்தச் சிறுவர்கள் அந்தப் பிணத்திற்கு ஊட்டி விடுவதைப்போல காட்டிவிட்டு, உள்ளேயே அமர்ந்து அந்த உணவைத் தின்று முடிக்க வேண்டுமாம். அந்தக் குழியை மேலே துணி கொண்டு மறைத்திருப்பார்களாம். இந்தக் கதையைச் சொல்லிவிட்டு, ''அவனைப் பொறுத்தவரை அது வாழ்க்கை, விதிக்கப்பட்டது. நல்ல உணவிற்காக அப்படிச் சிறுவர்கள் இந்த வேலைக்கு வருவதுண்டு. வராதவர்களையும் கட்டாயப்படுத்தி அழைத்து வருவார்கள். ஒரு வேளை அந்த வாழ்க்கை உனக்கு விதிக்கப்பட்டிருந்தால், பிணங்களெல்லாம் உனக்கும் சாதாரணமாக இருந்திருக்கும்'' என்றார். எனக்குக் கொஞ்சம் தைரியம் வந்த மாதிரி இருந்தது. ஜன்னல் வழியாக போஸ்ட்மார்ட்டம் செய்வதைப் பார்ப்பதற்கு ஒத்துக்கொண்டேன். உள்ளே தற்கொலை செய்து கொண்டு இறந்த ஒரு பெண்ணின் வயிற்றைக் கிழித்து குடல்களை வெளியே எடுத்தார்கள். அவர் தலை மேஜையின் பின்பக்கமாய்த் தொங்கியது. அந்தத் தலையில் இருந்த கண்கள் மெடிக்கல் ஷாப் அண்ணனை நினைவிற்குக் கொண்டுவந்தன. அதற்கு மேல் என்னால் பார்க்க முடியவில்லை. மயங்கி விழுந்துவிட்டேன்.

இருங்கள், ஒரு நிமிடம்... இப்போது என்னுடைய சிந்தனைப் புள்ளி அறுந்துவிட்டது. பிணம் பற்றிச் சொல்வதற்கு முன்னால் கடைசியாய் என்ன சொல்லிக் கொண்டிருந்தேன்? ஆமாம். அம்மாவைப் பற்றி. அம்மா அவளது வீட்டில் ஒரே பெண். அம்மாவின் தம்பிதான் இந்த மாமா. மாமா அப்பாவை மதித்ததே இல்லை. ஒரு தடவை வீட்டிற்குள் அழைத்துப் போய் அடித்ததாகக் கூட அக்கம் பக்கத்தினர் சொன்னார்கள். அப்பாவுக்கும் அம்மாவுக்கும் ஒட்டவேயில்லை. அப்பா மிதமிஞ்சிய பயம் கொள்கிறவராக இருந்தார். அம்மா வேறு வழியில்லாமல் சகித்துக் கொண்டது. அவர் செத்த அன்று அம்மா சோகமாக இருந்தது. ஆனால், பெரியளவிற்கு ஒப்பாரியெல்லாம் வைக்கவில்லை என்று பக்கத்து வீட்டு அண்ணி என் காதுபட பேசிவிட்டுச் சென்றார்கள். அப்பா இறந்த அன்று, என்னெப் பெத்த ராசாவே, என்னெப் பெத்த ராசாவே என சொல்லிக்கொண்டே நான் தனியாகப் பம்பரம் விட்டு விளையாடிக் கொண்டிருந்தேன். என் பயத்தைப் போக்குவதற்காகதான் அப்படி விளையாடிக் கொண்டிருந்தேன் என்பது யாருக்கும் தெரியாது. அம்மாவும் பையனும் மகிழ்ச்சியாய் இருப்பதாக அப்பாவின் சொந்தங்கள் தூற்றினார்கள். எண்ணெய் வைப்பதற்காகதான் முதுகில் அடித்து இழுத்துப் போனார்கள்.

அப்பா செத்த வீட்டில் தங்கியிருந்த ஆத்மா, அங்கிருந்த என்னைப் படர்ந்து கொண்டது. அப்பா அளவுக்கு இல்லாவிட்டாலும் நானும்

பயந்தாங்கொள்ளிதான். அந்தத் திருக்கை வால் சம்பவத்திற்குப் பிறகுதான் மிகுந்த பயம் கொள்கிறவனாக மாறிப் போனேன். அதைத்தான் டெய்ஸி இப்போது சுட்டிக் காட்டுகிறாள். அவள் சரியாகதான் சொல்கிறாள். அம்மாவிடம் போய்ச் சேர்ந்துவிட வேண்டும். போகும்போது இவளையும் அழைத்துச் செல்லவேண்டும். அவள் வருவாள் என்கிற சிந்தனை சந்தோஷமாக இருந்தது. தொடர்ந்து அதைப் பற்றியே சிந்திக்கத் துவங்கினேன். இடையில் ஒரு முறை சிந்தனை அறுபட்டபோது பார்த்தேன். என் மடியில் படுத்திருந்தவள் ஒரு பொம்மைபோல தூங்கிக் கொண்டிருந்தாள். நெற்றியில் ஒரு பொட்டு வைத்துப் பார்க்க வேண்டுமென எனக்கு ஆசையாக இருந்தது. சினிமாத் தனமான சிந்தனை அது என்ற போதிலும் நினைப்பதற்கே சுகமாக இருந்தது.

இடையில் அவள் விழித்தபோது அருவியில் குளிக்கப் போகலாமா என்றேன். ரியலி என்றாள். அந்த இரவில் அருவியில் நாங்கள் இருவர் மட்டும் இருந்தோம். செத்தாலும் தனியாக மட்டும் இந்த இடத்திற்கு வரவே மாட்டேன். என்னுடன் டெய்ஸி இருந்தபோதும் என் உடலில் மெல்லிய நடுக்கம் இருந்தது. டெய்ஸி கண்டுபிடித்துக் கேட்டால் குளிர் என்று சொல்லிவிடலாம். இது எனக்குப் பழக்கமான இடம். நண்பர்களோடு பல தடவை வந்திருக்கிறேன். யாரும் வர மாட்டார்கள். அவள் தைரியமாக அவளது உடைகளைக் கழற்றினாள். வெறும் உள்ளாடையோடு அருவிக்குப் பக்கத்தில் நின்று என்னை அழைத்தாள். அந்தக் குண்டு மஞ்சள் பல்ப் வெளிச்சத்தில் கத்ரீனா போலவே இருந்தாள். ஒரு சோப் விளம்பரத்தில் ஆடைகளைக் களைந்துகொண்டு கத்ரீனா நடக்கும் காட்சி எனக்கு நினைவிற்கு வந்தது.

அருவிக்குப் பக்கத்தில் உள்ள கோயிலில் இடைவிடாமல் கந்த சஷ்டிக் கவசம் ஒலித்துக் கொண்டிருந்தது. அந்தச் சாமியைத் திரும்பிப் பார்க்கப் பயமாக இருந்தது. அப்படியே ஓடிப் போய் அவளைக் கட்டியணைத்து அருவிக்குள் அழைத்துப் போனேன். அந்த இரவில் கந்த சஷ்டியைச் சாட்சியாக வைத்துக் கரைந்து போனோம். அந்த அருவிச் சத்தத்தில் அவள் காதுகளுக்கு அருகில் வந்து ''என்னை விட்டுப் போய் விடு. ஒன்று, நான் உனக்கு துயரமாக இருப்பேன். இல்லாவிட்டால் நீ எனக்கு பெருந்துயரமாக இருப்பாய்'' என்றாள். எனக்கு அவமானமாக இருந்தது. தனியாக அவளை அப்படியே விட்டு விட்டுக் கீழே இறங்கிப் போய்விடலாம் என்று தோன்றியது. தனியாக அந்த இருளில் அறைக்குப் போகப் பயமாக இருந்தது. இதற்குச் செத்துவிடலாம்!

18

ஒரு முறை நானும் டெய்ஸியும் திருப்பதி போனோம். எதற்காக அவளுக்குத் திருப்பதி போகவேண்டும் என்று தோன்றியது என நான் கேட்கவில்லை. அவள் எங்கு அழைத்தாலும் பின்னாலேயே போகிற நாய்க் குட்டியாக இருப்பதால் அந்தக் கேள்வியைக் கேட்பதும் தேவையில்லாதது. போகலாம் சரியென்று உடனடியாகச் சொல்லி விட்டேன். அப்புறம் மெதுவாக யோசித்துப் பார்த்தேன். திருப்பதி குறித்து எனக்கு வந்த கனவை அவளிடம் சொன்னதாக மங்கலான ஞாபகம் வந்தது. சொன்னேன் என்பதை உறுதியாகவும் சொல்ல முடியவில்லை. அவளுடைய காவல் துறை நண்பர்களின தொடர்பைப் பயன்படுத்தினாள். ஆந்திராவில் உள்ள காவல் துறையினரை அழைத்து உதவி செய்யும்படி அவர்கள் பரிந்துரைத் தார்கள். செக்கிங் போஸ்ட்டைத் தாண்டுகிற வரை பாதுகாவலர்கள் எங்களோடு வந்தார்கள்.

அடிவாரத்தில் அறையில் இருந்து கிளம்பும்போதே, தன் பேன்டீஸிற்குள் கஞ்சா பொட்டலங்களையும் ரோலிங் பேப்பர் களையும் மறைத்து வைத்து எடுத்து வந்தாள். மேலே என்ன செய்வது என நான் பதறிய போதுதான் இந்த விஷயத்தை என்னிடம் சொன்னாள். தவிர பாதுகாவலர்கள் சிலர் துணைக்கு வந்ததால் எங்களை அந்த அளவுக்குச் சோதிக்கவும் இல்லை. மேலே எங்களுக்கு நல்ல ஒரு காட்டேஜ் ஏற்பாடு செய்து தந்திருந்தார்கள்.

நாங்கள் யாருக்கும் தெரியாமல், பின்னால் உள்ள மரக் கூட்டங் களுக்குள் போய்ப் புகைத்துக் கொண்டிருந்தோம். கொஞ்சம்

செல்வாக்கைப் பயன்படுத்தினால் மேலேயே எதையும் வாங்க முடியும் என்று சொல்கிறார்கள். ஆனல், அது உண்மையா என்று தெரியவில்லை. எனக்கு வெங்கடாசலபதியைப் போய்ப் பார்க்க வேண்டும்போல இருந்தது. அவளை அழைத்துப் பார்த்தேன். வர மாட்டேன் என்று சொல்லிவிட்டாள். நான் வற்புறுத்தவில்லை. முதல் மொட்டைக்கு முன் வந்தது.

நான் போகலாம் என்று முடிவெடுத்து விட்டேன். கொஞ்ச நேரம் போதையில் இல்லாமல் இருக்கலாம் என்று முடிவு செய்தேன். முதல் நாள் இரவு அடித்தது. காலையில் இன்னும் தொடவில்லை. அதை அவளிடம் சொல்லவும் செய்தேன். அவள் உடனடியாகப் போய் விட்டு வா என்றாள் மகிழ்ச்சியாக. சிறப்புத் தரிசன வரிசையில் மெல்ல முன்னேறினேன். கூட்டத்தினாலும் வெக்கையினாலும் முதல் நாள் அடித்ததில் மிச்சமிருந்த கொஞ்ச போதையும் சுத்தமாய் வடிந்து போனது. படபடப்பாக இருந்தது. நெஞ்சை அழுத்திப் பிடிப்பதுபோல உணர்ந்தேன். திரும்பி வந்த வரிசையிலேயே இடித்துத் தள்ள ஓடி விடலாம் என்று தோன்றிக்கொண்டே இருந்தது. ஆனால், எதிர்த் திசையில் கால்கள் இழுத்தன. ஆனால், மனது மட்டும் அலை பாய்ந்து கொண்டிருந்தது. அந்த அலையை அடக்கிப் பிடிக்க முடியவில்லை. கூட்டம் குறைவாகதான் இருந்தது. என்னால் அதற்கு மேல் வரிசையில் முன்னேற முடியவில்லை. உடனடியாக அறைக்குப் போகவேண்டுமென முடிவெடுத்து கூட்டத்தை விலக்கிக் கொண்டு வெளியே வந்தேன். எல்லோரும் என்னை வித்தியாசமாகப் பார்த்தார்கள். யார் முகத்தையும் நான் ஏறிட்டுக்கூட பார்க்கவில்லை.

வெளியே வந்த பிறகு குற்றவுணர்வாக இருந்தது. வெங்கடா சலபதியின் முகத்தை மனதிற்குள் கொண்டுவர முயற்சி செய்தேன். மனம் ஒரு முகமாகக் குவியவில்லை. காட்சிகள் மங்கலாகத் தெரிந்தன. நான் ஏமாற்றத்தோடு வெளியே வந்தேன். சிறு வயதில் ஓடி விளையாடிய ஞாபகங்கள்கூட வந்தன. யோசித்து யோசித்துப் பார்த்தேன். வெங்கடாசலபதியின் உருவம் மட்டும் முழுமையாக நினைவில் வரவில்லை. அப்போதும் மங்கலாகதான் தெரிந்தது. அப்படி யோசித்துப் பார்க்கும் முயற்சியைக் கை விட்டேன்.

டெய்ஸியிடம் கோயிலுக்குப் போகாமல் திரும்பி வந்தது குறித்துச் சொல்லக் கூடாதென திட்டமிட்டேன். ஆனால், நான் சோர்வாகத் திரும்பியதை டெய்ஸி கூர்ந்து கவனித்தாள். அதற்கு மேல் பொய் சொல்வதை விரும்பவில்லை. என்னாச்சு என்றாள். நடந்ததைச் சொன்னேன். முகத்தைச் சுளித்தாள்.

''உன் குற்றவுணர்வை நீயே வைத்துக் கொள். தயவுசெய்து என் மீது சுமத்தும் விளையாட்டை நிறுத்திக் கொள். கையில் ஒரு ஸ்ப்ரே வைத்து உன் குற்றவுணர்வை எல்லார் மீதும் தெளித்தபடியே அலைகிறாய்'' என்றாள்.

''இந்த முறை வரை நான் சந்திப்பதை அவர் விரும்பவில்லை போலிருக்கிறது'' என அபத்தமான மொழியில் கேவலமான சிரிப்போடு சொன்னேன்.

''நீயாகவே நிறைய கற்பிதங்களை உருவாக்கிக்கொண்டு அலைகிறாய். என்னையும் அந்தப் பக்கெட்டில் போட்டு அமுழ்த்த நினைக்கிறாய்'' என்றாள்.

''எதையாவது நம்ப நினைப்பது தப்பில்லைதானே...'' என்றேன்.

கொஞ்ச நேரம் யோசித்துவிட்டு, ''தப்பில்லைதான். ஆனால், நீ மனதார நம்பவில்லை என்பதுதான் உண்மை. அதை விளக்கிச் சொல்ல எனக்கு இப்போது மனநிலை இல்லை. இன்னொரு நாள் வாய்ப்பிருந்தால் பேசலாம்'' என்று சொல்லிவிட்டு அவள் வேலையைப் பார்க்க ஆரம்பித்தாள். அப்படி அவள் எடுத்தெறிந்து எப்போதுமே பேசியதில்லை. அவளுக்குள் ஏதோவொன்று நடந்திருக்கிறது. என்ன என்று கேட்பதை விரும்பவே மாட்டாள். அவளாகச் சொன்னால்தான் உண்டு. அதற்கான நேரத்தை அவளே அமைத்துத் தருவாள் என்று நம்பினேன். ஏனெனில், அவளது குடும்பத்தின் விரிவான கதையைத் தவிர அவள் இதுவரை எதையும் என்னிடம் மறைத்தது இல்லை. குடும்பத்துக் கதையைக் கூட திரும்பவும் ஞாபகத்திற்குக் கொண்டுவரக் கூடாது என்பதற்காகவே மறைப்பதுபோல தோன்றியது. மற்றபடி அவளுக்குத் தோதான நேரத்தில் தோதான மொழியில் தோதான கச்சிதத்துடன் அவள் சொல்வாள் என எனக்கு உறுதியாகத் தெரியும்.

அன்றிரவு முழுவதும் அவள் சொன்னதையே நான் திரும்பத் திரும்ப யோசித்துக் கொண்டிருந்தேன். அவளுக்குப் பதிலடி கொடுக்கும் படியாகதான் ஆரம்பத்தில் சிந்திக்க ஆரம்பித்தேன். ஆனால், போகப் போக அந்தச் சிந்தனை உண்மையை நோக்கி என்னை நகர்த்திக் கொண்டு போனது. அவள் சொன்னதில் உள்ள ஆழமான அம்சத்தை நான் அடையாளம் கண்டுகொண்டேன். அது பற்றிச் சிந்தித்தபோது, நான் எதையுமே ஆழமான விருப்பத்துடன் அணுகவில்லை என்பது தெரிந்தது. ஆழமான விருப்பம் கொண்டால் ஒழிய அவை எனக்குக் கிடைக்கவும் கிடைக்காது என்பது உறைத்தது. ஏன் டெய்ஸி

விஷயத்தில் கூட நான் பட்டும் படாமலும்தான் இருக்கிறேன். அவள் என்னோடு இருக்கவேண்டும் என்று விரும்புகிறேன். ஆனால், ஆழமாக விரும்பவில்லை. அதுதான் உண்மை. நான் விடிய விடிய அது குறித்துச் சிந்தித்துக் கொண்டிருந்தேன். கோயிலைச் சுற்றி அதிகாலை நடை போட்டேன். இங்கு குளிப்பதற்கு வெந்நீர் கிடைக்குமா என பழைய ஞாபகத்தில் கேட்டேன். அப்படியெல்லாம் விற்பதில்லை என்றார்கள். நான் கோயிலைச் சுற்றியிருக்கிற பிராகாரங்களில் பராக்கு பார்த்தபடி கால் போன போக்கில் நடந்து கொண்டிருந்தேன். மனதில் பாரம் இல்லாமல் அமைதியாய் இருந்தது. சின்ன வயது ஞாபகங்களெல்லாம் வந்தன. ஏன் இப்படி மாறிப் போனேன், எது என்னை இப்படி மாற்றியது, காலம் நேரம் சூழல் என்றெல்லாம் சொல்வது உண்மையா என கேள்விகள் கேட்டபடி நடந்தேன். பதிலேதும் கிடைக்கவில்லை. ஆனால், அந்த அதிகாலையில் கேள்விகள் கேட்கப் பிடித்திருந்தது.

டெய்ஸியும் என்னோடு அப்போது இருந்தால் நன்றாக இருக்கும் என்று தோன்றியது. நான் திரும்பவும் அறைக்குப் போய் அவளை எழுப்பினேன். மறுக்காமல் என்னோடு கிளம்பி வந்தாள். நாங்கள் கோயிலைச் சுற்றி நடை போட்டோம். திருமணம் செய்துகொள்வதற்காக நிறைய ஜோடிகள் பட்டுடையுடன் உறவினர்களுடன் போய்க்கொண்டிருந்தார்கள். பெரும்பாலும் புதிதாகத் திருமணமான பெண்களெல்லாம் சின்னப் பெண்களாக இருந்தார்கள். அந்தக் கூரைப் புடைவையை ஒல்லியான உடலில் வலுக்கட்டாயமாகச் சுற்றி அணிந்திருந்த மாதிரி தெரிந்தது. நான் ஏக்கமாக அவர்களைப் பார்த்துக்கொண்டு வந்தேன். அவளும் அதைக் கவனித்துக்கொண்டு வந்தாள். நான் அசட்டுத்தனமாய் அவளுடைய கைகளை ஒரு நோக்கத்தோடு பிடித்தேன். நாகரிகமாக அதை விலக்கி விட்டாள். ஆனால், முகத்தில் எதையும் காட்டவில்லை. வேறு ஏதோ சிந்தனையில் இருக்கிறாள். அதனால்தான் என்று நம்ப விரும்பினேன். அன்று பகல் முழுவதும் தனியாக இருக்க வேண்டும் என்று சொன்னாள். நான் அவளைத் தொந்தரவு செய்யாமல் வெளியே போனேன். ஒரு இடத்தில் அன்னதானம் நடந்து கொண்டிருந்தது. அங்கே போய்ச் சாப்பிட்டேன். திருப்தியாக இருந்தது.

திருப்பதி போய் வந்தால் திருப்பம் என்பார்கள். என் ஊரில் துரைராஜ் என்கிற அண்ணன் ஒருவர் இருந்தார். ஜமீன் வம்சம் அவர். அவர் வீட்டில் அவர்தான் ஒரே பிள்ளை. அவர் வீடு மாளிகை மாதிரி இருக்கும். அவருக்குத் திருமணம் செய்து வைக்க அந்த ஊரிலேயே மிகப் பெரிய குடும்பம் ஒன்றில் பேச்சு வார்த்தை நடத்திப் பெண்

எடுத்தார்கள். திருமணத்திற்கு முன்பு திருப்பதி போய்விட்டு வந்தால் நல்லது என இங்கே கிளம்பி வந்தார். அவருடைய நண்பர்கள் எல்லாம் சேர்ந்து வேன் எடுத்துக்கொண்டு வந்தார்கள். திரும்பும் வழியில் அப்படியே நேரே ஊருக்கு வராமல் குற்றாலத்திற்குப் போனார்கள். செண்பகா தேவி அருவிக்கு மேலே ஏறுகிறேன் என்று முயற்சித்து பொங்குமாக் கடலில் விழுந்து செத்தார். அவரைத் திரும்பவும் வீட்டிற்குப் பிணமாகதான் கொண்டுபோனார்கள். தண்ணி அடித்துவிட்டு அவர் கோயிலுக்குப் போனதால்தான் அவருக்கு இப்படி நேர்ந்துவிட்டதாக ஊரில் எல்லோரும் பேசினார்கள். இதிலெல்லாம் உண்மை இருக்காது என்பது நன்றாகப் புத்திக்குத் தெரிகிறது. ஆனால், சின்ன வயதில் இது போன்ற கதைகளைக் கேட்டதால் மனதின் குளத்தில் அது குறித்த நம்பிக்கைகள் படிந்துவிட்டன. அதனால்தான் இயல்பாகவே அந்த அச்சவுணர்வும் எழுந்து விடுகிறது. ஆனால், அதையும் மீறி மீண்டும் கோயிலுக்குள்ளே போகலாமா என தோன்றியது. ஆனால், போதையில் இருப்பதால் போகத் துணிச்சல் வரவில்லை. புத்தியைவிட நம்பிக்கைகளுக்குக் கனம் அதிகம்.

அன்று மாலை உச்ச போதையில் இருந்தபோது, என் மடியில் அமர்ந்து கொண்டாள். நான் உடலுறவிற்கான அழைப்பு அல்லாத ஒரு அணைப்பில் அவளைக் கட்டிக்கொண்டேன்.

''காலையில் வேண்டுமென்றேதானே கையைத் தட்டிவிட்டாய்?'' என்றேன்.

''ஆமாம். உனக்கு விளக்கம் சொல்லிச் சொல்லியே என் வாழ்க்கை போய்விடும் போலிருக்கிறதே'' என்று முதல் முறையாக என்னிடம் சலித்துக் கொண்டாள். இதற்கு முன் நான் என்ன கேட்டாலும் பொறுமையாக விளக்குவாள். கெட்ட மன நிலையில் இருக்கிறாள் என்பதால் நான் அதைப் பெரிய விதமாக எடுத்துக் கொள்ளவில்லை.

ஏன் என்றதும் தயங்காமல் சொன்னாள்: ''உனக்கு என்னிடமிருந்து சிறு நம்பிக்கையைக் கூட என்னால் தர முடியாது. என்னை நிற்க வைத்து மாலையிட சந்தர்ப்பம் அமையவே அமையாது'' என்றாள். இந்த முறை இந்த விஷயத்தை அவள் சொல்லும்போது அதில் அதிக அழுத்தம் இருந்தது. அவள் சொல்லும்போது அவளது கண்களைக் கூர்ந்து பார்த்தேன். அவள் சொல்வது உண்மைதான் என்று தோன்றும்படியான சமிக்ஞைகளை அது காட்டியது. வேறு ஏதாவது சபலமா என யோசித்தேன். ஆனால், அவள் அதற்கு இடம் கொடுக்க வில்லை. என் முறை முடிந்த பிறகு ஜாயின்ட்டை அவள் பக்கம்

நகர்த்தினேன். அவள் வாங்கும்போது அவளுடைய கைகளைக் கவனித்தேன். அது வழக்கத்திற்கு மாறாக நடுங்கிக் கொண்டிருந்தது. இதற்கு முன் இப்படி நான் பார்த்ததில்லை. தூங்காமல் இருந்தால் கூட அப்படி நடக்கும், எனக்கே அப்படிப் பல தடவை நடந்திருக் கிறது என சமாதானப்படுத்திக் கொண்டேன். நான் அமைதியாக அவள் சொன்னது குறித்து யோசிக்க ஆரம்பித்தேன்.

19

இடையில் ஒரு தடவை ஜார்ஜ் ஆண்டனி என்னிடம் ஒரு உதவி கேட்டு ஃபோன் செய்தான். அவனுக்கு நண்பன் முத்தலிப்பை சென்னையில் வரவேற்றுச் சுற்றிக் காட்டி நீலகிரிக்கு அனுப்பி வைக்க வேண்டும். முத்தலிப் வங்க தேசக்காரன். அந்த நாட்டில் அவன் கொண்டாடப்படும் விவசாயி. அவனைப் பற்றித் தெரியாத ஆங்கிலப் பத்திரிகைகளே கிடையாது. நான் கூட ஜார்ஜ் சொல்லி ஒரு சில கட்டுரைகளை ஆங்கிலத்தில் படித்திருக்கிறேன். அவன் நாட்டு ஆட்களைப்போல அவனும் கடன் வாங்கி சவூதி அரேபியாவிற்கு வேலைக்குப் போனான். கடுமையாக ஓடியாடி சம்பாதித்திருக் கிறான். அவனால் அந்த வேலையில் தாக்குப் பிடிக்க முடியவில்லை. அவனால் ஒரு ஊழியனாகத் தன்னைக் கற்பனை செய்துகூட பார்க்க முடியவில்லை. தன்னை அவன் எஜமானனாக மட்டுமே கற்பனை செய்தே வளர்ந்திருக்கிறான். விதிக்கப்பட்ட இந்த வாழ்க்கையை எப்படியாவது மாற்றிவிட சின்ன வயதில் இருந்தே திட்டமிட்டவன் அவன். அவனைக் கொண்டுபோய் பாலைவனத்தில் விட்டது வாழ்க்கை. ஆனால், அங்கேயும் அவன் ஒரு சோலையை அடையாளம் கண்டான். அவனுடைய முதலாளி அவனைப் புரிந்து கொண்டார். அவனுக்கு ஒரு தொகையைக் கொடுத்து அவனது கணக்கை செட்டில் செய்து அனுப்பினார். அது மட்டும் காரண மில்லை. அவன் இருந்தால் மற்ற பணியாளர்களிடமும் இந்தக் குணம் வந்து ஒட்டிக்கொள்ளும் என்பதுதான் இன்னொரு காரணம். ஒரு நாள் திரும்பவும் ஊருக்குப் போகத் திட்டமிட்டான். கையில் அவனது மொத்த சேமிப்பான ஒரு லட்சம் ரூபாய் இருந்தது. கிளம்புவதற்கு முன்னால் சர்வதேச பேரிச்சம்பழக் கண்காட்சியைப் பார்க்கப் போயிருக்கிறான்.

அங்கே அஜ்வா பேரிச்சம் பழங்களைப் பார்த்திருக்கிறான். அவன் மனம் அதில் லயித்துவிட்டது. அதைச் சாப்பிடுவது அவனது மதக் கடமை. அவனது கனவில் பாலைவனத்தைப் போலவே இந்தப் பழமும் இருந்தது என்பதைக் கண்டுகொண்டான். எவனொருவன் காலையில் ஏழு அஜ்வா ரக பேரிச்சங்களைச் சாப்பிடுகிறானோ அவனை செய்வினைகளும் விஷமும் மாலை வரை அண்டாது என நபிகள் நாயகம் (ஸல்) சொல்லியிருக்கிறார். 'எல்லா அஜ்வா ரக பேரிச்சைகளுமா?' என சர்ச்சைகள் ஓடிக் கொண்டிருக்கின்றன என்று அவனே சொன்னான். அஜ்வா செய்வினைக்கு எதிராக எப்படிச் செயல்படும் என கேள்வி எழுப்புகிறவர்கள் அங்கேயும் இருக்கிறார் கள். ஆனாலும் ஒரு நம்பிக்கை. அந்த நம்பிக்கை குறித்து அவன் நிறைய விஷயங்களை எனக்குச் சொன்னான். ஏற்கெனவே ஜார்ஜ் இது குறித்துப் போகிற போக்கில் சொன்னது எனக்கு அப்போது நினைவிற்கு வந்தது.

ஒரு முறை நபிகளுக்கு யூதர்கள் நஞ்சூட்டிய ஆட்டை உணவாகக் கொடுத்தார்கள். அதைச் சாப்பிட்ட பின்தான் குறிப்பிட்ட உணவு நஞ்சூட்டப்பட்டது என்பது நபியவர்களுக்குத் தெரிய வருகிறது. ''ஆயிஷாவே கைபரில் (யூதப் பெண்ணொருத்தியால் விஷம் கலந்து தரப்பட்ட) அந்த உணவை நான் உண்டதால், ஏற்பட்ட வேதனையை நான் தொடர்ந்து அனுபவித்து வருகிறேன்'' என சொல்லியிருக்கிறார். அந்த விஷத்திலிருந்து அவரைக் காத்தது அஜ்வா ரகப் பேரிச்சை என்றான் முத்தலிப். நான் குறுக்கே கேள்வி கேட்காத நிலையில் அந்தக் கதைகளைக் கேட்க விரும்பினேன். அந்த நேரத்து மன நிலையில் அந்தக் கதைகள் எனக்குத் தேவையாகவும் இருந்தன. முற்றிலும் என் அகங்காரத்தை விட்டு விட்டு சரணடைந்து, அந்தக் கதைகளைக் கேட்கச் சொல்லி என்னுடைய உள்ளுணர்வு சொன்னது. எப்போதும் அதற்கு நான் கட்டுப்படுவேன். இந்த முறை அதற்கு ஏதோ ஒரு காரணம் இருப்பது போலவும் எனக்குத் தோன்றியது.

ஒரு முறை உம்மு ஸுலைம் (ரலி) அவர்களுக்கு குழந்தை பிறக்கின்றது. அக்குழந்தை நபியவர்களிடம் கொண்டுவரப்படுகிறது. மிருகங்களுக்கு அடையாளமிடும் ஒரு கருவியை வைத்திருந்த நபியவர்கள் அதை வைத்துவிட்டு குழந்தையைக் கையிலெடுத்து, அஜ்வா ஈத்தம் பழத்தைக் கொண்டுவரச் சொல்லி தன் வாயிலிட்டு மென்று அக்குழந்தைக்குக் கொடுத்தார். ''அன்ஸாரிகள் எவ்வாறு ஈத்தம் பழத்தை விரும்புகிறார்கள் என்பதைப் பாருங்கள்'' என்று நபிகள் சொல்லியிருக்கிறார் என முத்தலிப் அஜ்வா குறித்த அத்தனை கதைகளையும் எனக்குச் சொன்னான். இந்தக் கதைகளைச்

சொல்லும்போது, நம்மூரில் சாமியாடிகள் ஒருவித மயக்க நிலையில் செல்வார்களே, அப்படிச் சொன்னான். ஆனால், அது குறித்துச் சொல்லும்போது அவன் அடியாழத்தில் உண்மை இருந்ததை அவனது கண்களின் ஒளி காட்டிக் கொடுத்தது. பிரகாசமாக அது இருந்தது. அன்றொரு நாள் ஜார்ஜின் கண்களில் பார்த்த அதே ஒளி. பாண்டிக் கோயிலில் வைத்து ராஜகுருவின் கண்களில் பார்த்த அதே ஒளி. என்னிடம் இல்லாத ஒளி. நான் கண்டடைய நினைக்கிற ஒளி.

முத்தலிப் அந்தக் கண்காட்சியில் தன் வாழ்நாள் கனவான அஜ்வா ரகப் பேரிச்சையை வாங்கி உண்டான். நபியவர்கள் தனக்கு ஊட்டி விட்டதாகக் கற்பனை செய்து பார்த்தானாம். மறுகணமே கண்காட்சியில் விற்கப்பட்ட பேரிச்சை விதைகளை தன் கையிருப்பு முழுவதையும் கொடுத்து வாங்கி ஊர் திரும்பினான். மனைவி தூற்றினார். ஊரார் தூற்றினார்கள். ஊரே திரண்டு வந்து, அது ஒவ்வொரு நாளும் துளிர் விட்டிருக்கிறதா என்று பார்ப்பார்களாம். லட்ச ரூபாயை நிலத்தில் போட்டால் அவர்களும் என்னதான் செய்வார்கள்? முத்தலிப்பிற்குப் பைத்தியம் பிடித்துவிட்டதாகக்கூட பேசியிருக்கிறார்கள். மனம் தளராமல் முத்தலிப் அந்த விதைகளின் மீது தன் ஆழமான நம்பிக்கையைத் தூவி நிலத்தில் பாடுபட்டான். அது ஒரு ரம்ஜான் மாதத்தில் துளிர் விட்டது. அஜ்வா அவனைக் கைவிடவில்லை. பங்களாதேஷின் நவீன விவசாயத்தின் தூதனாக ஆகிப் போனான். பெரிய படிப்பெல்லாம் படிக்காத முத்தலிப்பை வங்க தேசத்தில் இருக்கிற விவசாயப் பல்கலைக் கழகங்கள் கொண்டாடின. அவன் பேரிச்சையை பயிரிட விரும்பும் குட்டிக் குட்டி இடங்களுக்கெல்லாம் பறந்து செல்ல ஆரம்பித்தான். அப்படிதான் திசைகளைக் கண்டுகொண்ட அந்தப் பறவை ஜார்ஜையும் இனம் கண்டுகொண்டது. இருவரும் தொடர்ச்சியான உரையாடல்களின் வழியாக நண்பர்களாகிப் போனார்கள்.

ஜார்ஜும் அவனும் இணைந்து உடுமலைப் பேட்டையில் அஜ்வாவை முதன்முறையாக விளைவிக்கப் போகிறார்கள். முன்புதான் அவை விதைக் கன்றுகளாக இருந்தன. முத்தலிப் மாதிரியான ஆட்கள் பயந்து செத்துக் கொண்டிருந்தனர். இப்போது அவை திசு வளர்ப்புக் கன்றுகளாக ஆராய்ச்சி நிலையங்களில் வளர்க்கப்படுகின்றன. சவூதி, துபாய், இலண்டன் ஆகிய நாடுகளில் அவற்றைப் பெருந்தொழிலாகவே செய்கின்றனர். அது குறிப்பிட்ட நிலங்களில் வளர்வதற்கு நூறு சதவிகித உத்தரவாதம் தருகிறார்கள். அதற்குதான் அவனுடைய இந்தியப் பயணம். என்னைப் பற்றி ஏற்கெனவே அவனிடம் ஜார்ஜ் எல்லாமும் சொல்லியிருந்தான்போல. என்னைக் கரிசனத்துடன்

அவன் நடத்தும் போக்கிலேயே அதைத் தெரிந்துகொள்ள முடிந்தது. கருவேலம் முட்கள் அடர்ந்த பகுதியில் இருந்து வந்த நான் பசுமைக்குள் நுழைவதற்கு அந்தச் சந்திப்புதான் வித்திட்டது.

முத்தலிப் என்னைச் சகோதரனாகப் பாவித்தான். நான் போதையின் சுழலிற்குள் மாட்டிக் கொண்டதை அவன் உணர்ந்தே இருந்தான். அடிக்கடி நான் ஒளிந்து மறைந்துவிட்டு மீண்டும் அவனை நோக்கி வரும் போதெல்லாம் அவன் முகத்தில் ஆழமான வருத்தம் வந்துவிட்டுப் போவதைக் கவனித்தேன். அப்போதெல்லாம் அவன், 'யா அல்லாஹ்! யா அல்லாஹ்!' என மெல்ல வேண்டுவதைப் பார்த்தேன். ஆனாலும் நேரடியாகக் குறிப்பிட்டு அந்தப் பழக்கத்தை விட்டு விடு என்று அவன் சொல்லவே இல்லை. அந்தப் பயணம் முழுக்க என்னை மீட்டெடுப்பதற்கான புள்ளிகளை விட்டுச் சென்றபடி இருந்தான். எனக்கு நிறைய அறிவுரைகள் சொன்னான். ஆனால், அதை அறிவுரைகள் சொல்லும் தொனியில் சொல்ல வில்லை. உத்வேகம் கொள்ளும்படியான குட்டிக் குட்டிக் கதை களாகச் சொல்லிக் கொண்டிருந்தான். அவன் தெரிந்தேதான் அப்படிச் செய்கிறான் என்பது எனக்கும் புரிந்தது.

தமிழ்நாட்டில், அஜ்வா பேரிச்சம் விளைவதற்கான சீதோஷ்ண நிலை நிலவுவதாகச் சொன்னான். தமிழ்நாட்டிற்குதான் அது புதுசு. குஜராத் போன்ற மாநிலங்களில் ஏற்கெனவே இவை வந்துவிட்டன. தமிழ்நாட்டில் கூட பிற வகைகள் கொஞ்ச இடங்களில் வந்து விட்டன. ஆனால், அஜ்வா இன்னும் வரவில்லை. அதை முதல் தடவையாக ஜார்ஜின் நிலத்தில் கொண்டுவந்துவிட வேண்டும் என்கிற கனவில் இருவரும் இருக்கிறார்கள். மொத்தம் முன்னூறு திசுக் கன்றுகளை நடத் திட்டமிட்டிருக்கிறார்கள். ஒரு கன்றின் விலை மட்டும் குறைந்தது ஆறாயிரம் ரூபாய்க்கு மேல் வரும் என்றான் முத்தலிப். இருவரும் 'அல்லாவின்' மீது பாரத்தைப் போட்டு ரிஸ்க் எடுக்கத் துணிந்திருக்கிறார்கள். முத்தலிப்புக்குதான் அல்லா, ஜார்ஜுக்கு? தயங்காமல் அவனும் ஆமாம் அல்லாதான் என்பான். சந்தேகமேயில்லை. அவனைப் பொறுத்தவரை எந்தத் தெய்வமாக இருந்தாலும் பிரச்சினையில்லை. அது பசுமையாக இருக்க வேண்டும். வந்து உட்கார்ந்தவுடன் துளிர்க்க வேண்டும்.

சர்வதேச சந்தையில் அஜ்வாவிற்கு நல்ல விலை இருக்கிறது. ஆனால், இந்தியாவில் வாழும் இஸ்லாமியர்களால் அன்றைக்குப் பறித்த பழத்தை வாங்கிச் சாப்பிட முடியவில்லை. இஸ்லாமியர்கள் என்ன இஸ்லாமியர்கள்? எல்லோருமே வாங்கிச் சாப்பிடலாமே? பழங்களை உடனுக்குடன் இறக்குமதி செய்வதில் சிக்கல்.

காய்ந்ததைவிட பழங்களில்தான் மினரல்கள் அதிகம். எல்லா பேரிச்சையும் ஒன்றல்ல. பேரிச்சையில் மட்டும் 2,500 வகைகள் இருக்கின்றன. சவூதி அரேபியா, துனிசியா, லிபியா போன்ற பகுதிகளில் எல்லாம், பறிக்க ஆளில்லாமல் தரையில் கொட்டிக் கிடக்குமாம். அவற்றைத் தன்னார்வ அமைப்புகள் சில பொறுக்கி எடுத்து எத்தியோப்பியா போன்ற வறுமையில் இருக்கிற நாடுகளுக்கு இலவசமாக அனுப்புகின்றன. அதை நம் நாட்டு ஆட்கள் மொத்தமாக சல்லீசாக வாங்கி இங்கு கொண்டுவந்து அரபி எழுத்துகளைப் பொறித்து அங்கிருந்து நேரடியாக வருவதைப்போல பொய்யாகப் பெட்டியில் அடைத்துச் சந்தைக்கு அனுப்புகிறார்கள். பல நேரங்களில் தரமற்றவற்றை அதிக விலைக்கு வைத்து ஏமாற்றி விற்கிறார்கள். ஆனால், அஜ்வா இவைகளுக்கெல்லாம் மகாராஜா. நபிகள் நாயகம் (ஸல்) சாப்பிட்ட பழம் என்றால் சும்மாவா? அஜ்வா மாதிரியே சில குட்டி ராஜாக்களும் இருக்கின்றன.

அப்படி ஒரு ராஜாவின் கதையை முத்தலிப் எனக்குச் சொன்னான். துனிசியாவில் ஒரு குடும்பத்திடம் உயர்ந்த ரகப் பேரிச்சை வகை இருக்கிறது. மொத்தமே நூறு செடிகள் மட்டுமே இருக்குமாம். அந்தச் செடிகளை அந்தக் குடும்பம் மிகுந்த பாதுகாப்போடு பேணிக் கொண்டிருக்கிறது. வேறு எங்குமே அந்த வகை கிடையாது. அதன் பெயரைக் கூட யாருக்கும் சொல்லாமல் தவிர்க்கின்றனர். அந்தப் பழங்களை அந்தப் பிரதேச மன்னருக்கு மட்டுமே படையலிட்டு வருகிறார்கள். அந்த விதையைப் பொத்திப் பாதுகாத்து வருகின்றனர். அந்த மன்னனின் விருந்தினர்களாக வருபவர்களுக்குப் பரிமாறும்போதுகூட காத்திருந்து, கொட்டையைக் கேட்டு வாங்கிச் சென்றுவிடுவார்கள். குட்டி குட்டி ராஜாக்கள் எல்லாம் இப்படி அழிச்சாட்டியம் செய்து கொண்டிருக்கும் சூழலில், மகாராஜா மட்டும் எப்படி மக்களுக்கானவராக ஆகிப் போனார்? நபிகள் நாயகம் (ஸல்) அதை மக்களுக்குக் கொடுக்க விரும்பினார். முத்தலிப்பிற்குக் கொடுக்க விரும்பினார். அந்தக் குழந்தைக்குக் கொடுக்க விரும்பினார். ஜார்ஜ் ஆண்டனிக்குக் கொடுக்க விரும்பினார். எனக்குக் கொடுக்க விரும்புவாரா? நான் சிந்தனையில் இருந்தபோது, முத்தலிப் என் கையில் ஒரு பெட்டியைத் திணித்தான். என்ன என்று கேட்டபோது, ஏழு அஜ்வா பழங்கள் இருக்கின்றன என்று சொல்லி அடர்த்தியாய்ச் சிரித்தான்.

''நீ உன் இன்னல்களில் இருந்து விடுபட மனதார நினைக்கும்போது இதை 'அல்லாஹ்'ஹை வேண்டிச் சாப்பிடு. உன்னை எந்தச் செய்வினையும் அண்டாது'' என்று சொல்லிக் கொடுத்தான்.

உருவமில்லாத ஒரு கை என் கையில் அதைக் கொடுப்பதுபோல ஒரு காட்சி மின்னல்போல வந்துபோனதாக உணர்ந்தேன். ஒரு வேளை நான் அடித்த இழுப்பின் மகிமையாகக் கூட அது இருக்கலாம். மதினாவில் இருந்த 'நஜ்த்' பிரதேசத்தை நோக்கிய 'ஆலியா' என்ற பிரதேசத்தில் விளைந்த அஜ்வா பழங்கள் அவை. நபிகளார் சாப்பிட்ட அதே பழங்கள். ஏழு பழங்கள்.

௨௦

வழக்கம்போல இடையில் கொஞ்ச நாள் டெய்ஸி காணாமல் போனாள். வேலையை ராஜினாமா செய்துவிட்டாள். அவள் அடிக்கடி இதுபோல் செய்யக்கூடிய ஆள்தான். ஆனாலும் ஏதோ ஒரு அசம்பாவிதம் நடக்கப் போவதுபோல தோன்றிக்கொண்டே யிருந்தது. எப்போதும் மனம் ஒரு படபடப்பிலேயே கனமாக இருந்தது. இனி அடுத்த கட்டம் என்ன என்பதை யோசிப்பதற்கே வெறுப்பாக இருந்தது. எல்லா விஷயங்கள் குறித்தும் எனக்கு ஒரு நம்பிக்கையின்மை வந்தது. திருக்கை வால் சம்பவத்திற்குப் பிறகு ஆரம்பித்த என்னுடைய நாடோடி வாழ்க்கையில் பார்த்த சம்பவங்கள் இப்படியெல்லாம் தோன்றுவதற்குக் காரணமாகக்கூட இருக்கலாம். இப்படி நான் நாடோடியாக ஆகி விடக் கூடாதென்பதற்காகதான் அம்மா அதிகமும் பதறியது. ஏனெனில் இப்படி நாடோடியாய் அலைவது என்னுடைய குடும்ப மரபணுவாகக் கூட இருக்கலாம் என அம்மா நம்பியது. என்னுடைய அப்பாவைப் பெற்ற தாத்தாவுடன் பிறந்தவர்கள் இரண்டு தம்பியும் ஒரு தங்கையும். அந்த இரண்டு தம்பிகளுமே பரதேசம் போய்விட்டதாக குடும்பத்தில் ஒரு கதை சொல்வார்கள். தாத்தாவின் அம்மா புழுத்துப் போய்ச் செத்ததைக் கூட தீராத சாபம் என்றுதான் சொன்னார்கள். அந்தப் பாட்டி செத்தபோது உடலைத் தூக்கக் கூட முடியவில்லையாம். அவர் இருந்த அந்தக் குடிசை முழுவதும் புழுக்கள் ஊர்ந்து கொண்டிருந்திருக்கின்றன. சாணியையும் பன்னீரையும் கரைத்து ஊற்றிப் பார்த்தும் அவை செத்துப் போவதற்கு அடுத்த இரண்டு நாட்கள் பிடித்ததாகக் கதை சொல்வார்கள். ஏதோவொரு சாபம் அந்தக் குடும்பத்தைத் தொடர்வதாகவும்

அதுதான் எல்லோரையும் பலி கேட்பதாகவும் சொன்னார்கள். அந்தச் சாபம் குறித்த கதைகள்தான் அப்பாவையும் சிதறச் செய்தன.

தாத்தாவின் அப்பாவும் அப்படிப் பரதேசம் போனவர்தான் என்று ஒரு கதை சொன்னதாக எனக்கு மங்கலாக ஞாபகத்தில் இருக்கிறது. ஒரு குடும்பத்துக் கதையில் இத்தனை திருப்பங்களா என்று கேட்டீர்களானால், உண்மை என்று சொல்வதைத் தவிர வேறெந்த வார்த்தையும் என் கைவசம் இல்லை. நான் கேள்விப்பட்டதையாவது கதை என்று நம்பலாம். ஆனால், கண்ணால் பார்த்ததை என்னவென்று சொல்ல?

தாத்தாவின் தம்பிகள் போன விஷயம் எனக்கு நன்றாகத் தெரியும். ஒரு முறை வேளாங்கண்ணிக்கு குடும்பத்தோடு போனபோது இடையில் திண்டிவனத்தில் சாப்பிட ஒரு ஹோட்டலில் நிறுத்தினார்கள். அந்த ஹோட்டல் வாசலில் அப்பாவின் சித்தப்பா பிச்சையெடுத்துக் கொண்டிருந்தார். அவர் ஊனமுற்றவர். முழங்காலைப் பிடித்துத் தாங்கித் தாங்கிதான் நடப்பார். அதை வைத்துதான் அவரைச் சபாபதி தாத்தா என்றே கண்டுபிடித்தார்கள். அப்பா அதிர்ந்து போய்விட்டார். அவரது சித்தப்பாவின் தோள்களைத் தாங்கிக்கொண்டு அழுதார். இன்னொரு சித்தப்பாவும் பரதேசம் போன கதையைச் சொன்னார் அவரிடம். அவர் அதற்கு, ''குடும்பத்தைக் கெடுத்தா பாவம் சும்மா விடாது. அது பலி கேட்டுக் கொண்டேயிருக்கும்'' என்று சொல்ல ஆரம்பித்து பாதியில் நிறுத்திக்கொண்டார். ஆனால், அந்தத் தாத்தா வீட்டிற்கு வர மறுத்துவிட்டார். என்னுடைய காலத்தை இப்படியே கழித்துவிடுகிறேன் என உறுதியாகச் சொல்லிவிட்டார். வேறு வழியில்லாமல் எல்லோரும் கிளம்பிப் போனோம். போவதற்கு முன் என்னைப் பக்கத்தில் அழைத்தார். ஹோட்டலில் இருப்பவர்கள் எல்லோரும் பார்க்கிறார்கள் என்பதால் எனக்கு அவரிடம் போவதற்குக் கூச்சமாக இருந்தது.

என் கைகளை வாங்கிப் பார்த்தார். நீண்ட நேரம் பேசாமல் அமைதியாக இருந்தார். அந்தச் சாமியாடி சொன்னதுபோல உள்ளங்கையில் இருந்த அந்தச் சங்கு முத்திரையைத் தடவிப் பார்த்தார். மெதுவாகப் புன்னகைத்தார். அப்பாவையும் அம்மாவையும் தனியாக அழைத்து ஏதோ சொன்னார். இருவரும் பய பக்தியோடு தலையாட்டினார்கள். என்ன சொன்னார் என்று எனக்கு அப்போது தெரியாது. ஊருக்கு வந்தவுடன் என்னை அப்பாவும் அம்மாவும் திருச்செந்தூருக்குக் கூட்டிப் போனார்கள். அங்கு போன பிறகுதான், சபாபதி தாத்தாவின் அறிவுரையின்படி அழைத்து வந்திருக்கிறார்கள் என்பது தெரிந்தது. அந்தக் கோயிலில் என்னை

விற்று வாங்கும் சடங்கைச் செய்தார்கள். அங்குள்ள புரோகிதர் ஒருவரை அதற்காக ஏற்பாடு செய்தார்கள். என்னை அந்தப் புரோகிதரிடம் விற்றுவிட்டு, தவிட்டைக் கொடுத்து விலைக்கு வாங்கினார்கள். நான் இனி அந்தக் குடும்பத்தின் வாரிசு கிடையாது. அவர்களது குடும்பத்தின் பூர்வீகச் சொத்தான பூர்வீக சாபம் இனி என் கணக்கில் சேராது. நான் அந்தக் குடும்பச் சங்கிலியில் இருந்து விடுபட்டுவிட்டேன். நான் இப்போது திருச்செந்தூர் முருகனின் சொத்து, முருகனின் பிள்ளை, என்னை ஒருபோதும் அந்தச் சாபத்தின் நிழல் தொடராது என்றார் அந்தப் புரோகிதர். எனக்கு எல்லாம் துல்லியமாக நினைவில் இருக்கிறது. அப்பா அகமகிழ்ந்து போனார் என்பதை அவருடைய முகத்தை வைத்தே தெரிந்துகொள்ள முடிந்தது. ''என் பிள்ளைக்கு எதுவுமே நீ கொடுக்கவில்லை. உன் குடும்பத்துச் சாபங்களையும் கொண்டுவந்து சேர்த்துவிட்டாய்'' என அம்மா வரும் வழியெங்கும் சொல்லிக்கொண்டே இருந்தது. அதற்கடுத்து நான் அம்மாவுடன் ஒட்டாமல் அலைவதற்குக் காரணம் அந்தப் பூஜைதான் என்று அம்மா நம்பிக் கொண்டிருந்தது. கூடவே சாபம் விலகிய வழியில் சந்தோஷம்தான் என எடுத்துக்கொள்ளவும் செய்தது. ஒரு வேளை அந்தப் பூஜை பலிக்காமல் போய்விட்டால், என்றாவது ஒரு நாள் நானும் நாடோடியாக மாறிப் போய்விடுவேன் என அம்மா பயந்துகொண்டே இருந்தது. அம்மா பயப்படும்படியாக தான் நான் நடந்துகொண்டேன். எதுவுமே என் கையில் இல்லையா?

நான் நாடோடியாக வீட்டை விட்டு வெளியே கால் வைத்ததும் பழனிக்குதான் முதலில் போனேன். அதுதான் என் நிரந்தரத் தங்குமிடம். கையில் காசிருந்ததால் அங்கே அறை எடுத்திருந்தேன். அங்கிருந்து எங்கேயாவது கிளம்பிப் போவேன். திரும்பி மறுபடி கூடடைந்து விடுவேன். ஒரு இடத்தில் என்னால் இருக்க முடியாது என்கிற நிலையில் இருந்தேன். அந்தக் காலகட்டத்தில் காசு குறைந்துகொண்டு வந்தது. யாரை அடுத்து கேட்கலாம் என யோசனையில் இருந்தேன். டெய்ஸியோடு போய் செட்டிலாகி விடலாமென தேடிக் கொண்டிருந்தேன். ஒரு இடத்தில் கால் பாவாமல் அலைந்து கொண்டிருந்தேன். இருந்த இடத்தில் பிச்சையெடுக்கவில்லை. கடைகளை உடைத்துத் திருடவில்லை. சாமியிடம் மட்டும்தான் காசு எடுத்திருக்கிறேன். மற்றபடி பணத்திற்கு நாயாக அலையவேண்டிய கட்டம் வந்தது. சொன்னபடி நண்பனின் அப்பா பணம் முழுவதையும் போடவில்லை. எடுத்து எடுத்துச் செலவழித்துக் கொண்டிருந்ததால், எவ்வளவு போட்டார் என்பதே ஞாபகத்தில் இல்லை. யாரிடமும் போய் நிற்கத் தோன்ற வில்லை. டெய்ஸியை மட்டும் பார்க்க வேண்டுமென

தோன்றிக்கொண்டே இருந்தது. இந்த இடைப்பட்ட காலத்தில் நான் ஜார்ஜ் ஆண்டனியைத் திரும்பவும் போய்ப் பார்த்தேன். இவ்வளவு நாள் எங்கே போனாய் என அவன் ஒரு கேள்விகூட கேட்காதது ஆச்சரியமாக இருந்தது. அவன் இயல்பே அதுதான் என்பதால் அதைப் பெரிய விஷயமாக எடுத்துக் கொள்ளவில்லை. அவனுக்குச் செடிதான் முதலில். பிறகுதான் எல்லாமும். முத்தலிப்பின் அறிவுரைப்படி வேலையைத் துவக்கியிருந்தனர்.

ஜார்ஜுக்குச் சொந்தமான உடுமலைப்பேட்டை தோட்டத்தில் அஜ்வா செடியை நட்டிருந்தனர். சொல்ல மறந்துவிட்டேன். முத்தலிப் எனக்குக் கொடுத்த ஏழு அஜ்வா பழங்கள் அடங்கிய பெட்டியைப் பத்திரமாக என்னிடம் வைத்திருந்தேன். எந்தச் சூழ்நிலையிலும் அதைத் தொலையக் கொடுக்கவில்லை. என் தளர்வான தோற்றத்தைப் பார்த்த ஜார்ஜ் மிரண்டுபோனான். ஆனால், விரிவாக எதையும் சொல்லிக் கொள்ளவில்லை. தோட்டத்திலேயே தங்கச் சொன்னான். அஜ்வா செடிகளுக்கு தினமும் தண்ணீர் பாய்ச்சுவேன். ஆனாலும், புகைப்பதை நிறுத்தவில்லை. அஜ்வா செடி என்றால் ஏதோ வித்தியாசமாக இருக்கும் என்று நினைத்துக் கொள்ளாதீர்கள். நம்மூர் தென்னம்பிள்ளை போலதான் இருக்கும். ஐந்து இலைகள் பரவிக் கிளம்பியிருக்கிறதென்றால் நல்ல கன்று என்று அர்த்தம். ஜார்ஜின் அத்தனை செடிகளும் அப்படிதான் இருந்தன. ஆறாவதாக ஒரு புது இலை கிளை பரவி விட்டால் அது இந்த மண்ணில் வேர் விட்டுவிட்டது என்று புரிந்துகொள்ள வேண்டும். அதற்கடுத்து அதன் வளர்ச்சியை யாராலும் தடுத்து நிறுத்த முடியாது. மூன்று நாட்களுக்கு ஒரு தடவை இருபது லிட்டர் தண்ணீர் விட்டாலே போதுமானது. அதே சமயம் ஒரு வருடம் கூட தண்ணீர் இல்லாமலும் அது தாக்குப் பிடிக்கும்.

முத்தலிப்புக்கு நடந்ததைப் போலவே அஜ்வா குறித்த அவ நம்பிக்கைக் கதைகள் ஊரெங்கும் உலவிக் கொண்டிருந்தன. நிறைய பேர் கிளம்பி வந்து பார்ப்பார்கள். ஒரு வாரம் கழித்து அவர்களே திரும்பவும் வந்த பார்த்துவிட்டு, அப்படியே அமுங்கி உட்கார்ந்து விட்டது, இனி வளரவே வளராது என்பார்கள். அவநம்பிக்கையான வார்த்தைகளை மட்டுமே அப்போது நான் எதிர்நோக்கிக் கொண்டிருந்தேன். நல்வார்த்தைகளைச் சொல்ல ஆட்கள் கிடைக்க மாட்டார்களா என எல்லோரது முகங்களையும் பார்ப்பேன். அவர்கள் அந்தச் செடிகளைப் பார்த்துவிட்டு எங்கள் அனுபவத்தில் இது மேலெழுந்து வருவதற்கு வாய்ப்பே இல்லையென முகம் சுளிப்பார்கள். எல்லா பணத்தையும் ஒருசேரப் போட்டு முடக்கியதால் ஜார்ஜ் நெருக்கடியான காலகட்டத்தில் இருந்தான்.

அவநம்பிக்கையான வார்த்தைகள் அவனைக் குலைத்துப் போட்டிருந்தன என்றாலும் நம்பிக்கையைக் கொஞ்சம் அவனோடு கூடவே வைத்திருந்தான். அதையும் மீறி சில நேரங்களில் ஜார்ஜ் வெறுப்பின் மன நிலைக்குப் போவதும் மீண்டு வருவதுமாக இருந்தான். அடிக்கடி கோபப்பட்டான். காது வலிக்கிற வரை நிறைய அறிவுரைகள் சொன்னான். நான் அவனிடமிருந்து தப்பித்து அஜ்வா செடிகளைப் பராமரிக்கும் வேலைகளில் தஞ்சமடைந்தேன். முத்தலிப் சொன்ன கதைகளெல்லாம் எனக்கு ஞாபகத்திற்கு வந்தன. அதைச் சொல்லி ஜார்ஜைத் தேற்ற முயன்றேன். ஆனால், ஜார்ஜ் அப்போது அறிவுரைகள் கேட்கும் நிலையில் இல்லை. சொல்லும் நிலையில் இருந்தான். மற்றபடி எனக்கான வசதிகள் விஷயத்தில் ஒரு குறையும் வைக்கவில்லை. அன்பிலும் வழக்கம்போல எந்தக் குறையும் வைக்கவில்லை.

ஜார்ஜ் இல்லாத நேரங்களில் நான் அங்குள்ளவர்களிடம் அஜ்வாவின் புகழ் பாடி அலைந்தேன். முத்தலிப்பின் கதையை எல்லோருக்கும் எடுத்துச் சொன்னேன். யாருக்கும் நம்பிக்கையில்லை. இந்தச் செம்மண்ணில் அது வருவதற்குச் சாத்தியமே இல்லை என்றார்கள். மணல் இருந்தால்கூட நீ சொன்னதை நம்பியிருப்போம். கட்டாந் தரையான இந்தச் செம்மண்ணில் அந்நியச் செடி தழைக்காது என்றார்கள். மொத்தத்தில் அந்த இடத்தை அடர்த்தியான அவ நம்பிக்கை சூழ்ந்திருந்தது. பேச்சுத் துணைக்கு இருந்த ஜார்ஜின் பார்ட்னரும் எங்கோ கிளம்பிப் போயிருந்தான். வருவதற்குச் சில நாட்கள் ஆகும் என சொல்லிவிட்டுதான் சென்றிருந்தான். அதிலிருந்து தப்பிக்க விரும்பினேன். ஜார்ஜ் கண் நிழலிலேயே என்னை வைத்திருந்தான். ஜார்ஜ் கோவைக்கு ஒரு வேலையாய்ப் போன சமயத்தில் அவன் பீரோவில் வைத்திருந்த இருபதாயிரம் ரூபாய் பணத்தை எடுத்துக்கொண்டு, இல்லையில்லை திருடிக் கொண்டு அங்கிருந்து அகன்றேன்.

இரண்டாம் முறை திருடுகிறேன். இனி மன்னிப்பு கேட்க இந்தப் பக்கம் வரவே கூடாது, இவனாவது நன்றாக இருந்துட்டுப் போகட்டும். அவன் சமீப நாட்களாக என்னுடைய போதைப் பழக்கத்தைக் கட்டுப்படுத்த முயற்சி செய்து கொண்டிருந்தான். அது எனக்குப் பிடிக்கவில்லை. அதுதான் நான் வெளியேறியதற்கும் காரணம். என்னிடம் பணம் இல்லை. அடுத்த ஏற்பாடுகளைக் கண்டறியும் வரை பணம் வேண்டும். அதற்காகதான் எடுத்தேன். அவன் புரிந்துகொள்வான்.

21

தற்செயலாக ஒரு தடவை ஊரில் இருக்கிற நண்பனுக்குத் தொலைபேசி செய்தேன். என்னுடைய மாமா இப்போது சிரம திசையில் இருப்பதாகச் சொன்னான். அமைச்சரான பின்பு மாமா ஆடாத ஆட்டமில்லை. பக்கத்தில் நல்ல விலைக்கு வருகிற நிலங்களை எல்லாம் வளைத்துப் போட்டுக் கொண்டிருந்தான். வலுக்கட்டாயமாகவும் அடிமாட்டு விலைக்கும் நிலங்களை மிரட்டி வாங்கிக் கொண்டிருந்தான். ஏதோ தெலுங்கு சினிமாபோல இருக்கிறதா? ஜனநாயக நாட்டில் இப்படியெல்லாம் நடக்கிறதா என்றெல்லாம் நீங்கள் யோசிக்கலாம். ஆனால், இதுதான் உண்மையில் நடந்தது. அவனது கட்சித் தலைமையால் அவனைக் கட்டுப்படுத்த முடியவில்லை. தவிர தலைமைக்குத் தர வேண்டியதைச் சரியாகத் தந்துவிடுவான். தலைமையின் உறவினர்கள் யாராவது எங்களூர் பக்கம் வந்தால் அவர்கள் கிளம்பும் போது அவர்கள் கேட்காமலேயே குறைந்தது இருபது லட்சம் ரூபாயையாவது அவர்களது காரில் கொண்டுபோய் வைக்கச் சொல்லிவிடுவான். தலைமையின் உறவினர்களுக்குக் கூட அப்படி அடிமாட்டு விலையில் நிறைய நிலங்களை வாங்கிக் கொடுத்திருக்கிறான்.

ஆனாலும் அவனைப் பற்றி நிறைய புகார்கள் போய்க் கொண்டிருந்தன. மக்களை அவன் அச்சுறுத்தும் போதெல்லாம் தலைமை அமைதியாகதான் இருந்தது. அவன் மக்களைத் தாண்டி கட்சியின், சின்னச் சின்னப் பதவிகளில் இருக்கும் பாவப்பட்ட பொறுப்பாளர்களையும் துன்புறுத்த ஆரம்பித்தான். பெண்கள் வந்தால் அவதூறாகப் பேசுவான். ஏதாவது ஒரு பெண் கட்சியில்

பொறுப்பு வாங்கித் தாருங்கள் என்று இவனிடம் வந்தால் குற்றாலத்துக்குப் போகலாமா என்பானாம். 'நமக்கு எந்த ஒரு விஷயம் செஞ்சாலும் பயன் இருக்கணும். இவள்க வெறுமனே பல்ல மட்டும் காட்டிட்டு பதவிய வாங்கிட்டுப் போயிருவாள்களாமா... பதவி வேணும்னா முலையையும் குண்டியையும் காட்டட்டும்' என்று ஒரு தடவை எல்லோரையும் வைத்துக்கொண்டு வெளிப்படையாகவே சொன்னானாம். இதை அருகில் இருந்து கேட்ட எங்களது உறவினர் அம்மாவிடம் வந்து சொன்னார். அம்மா, 'ரெண்டு பேரும் ஒரே வயித்துலதான் பொறந்தோம். இவன் மட்டும் எப்படி?' என அந்த உறவினரிடம் அலுத்துக்கொண்டு சொன்னது. ஒரு தடவை அவனும் மாஜிஸ்திரேட் ஒருவரும் குடிக்கப் போயிருக்கிறார்கள். இவன் போதையில் இரண்டாம் மாடியில் இருந்து அந்த மாஜிஸ்திரேட்டைத் தலைகீழாகத் தொங்க விட்டிருக்கிறான். மாஜிஸ்திரேட் என்ன செய்தாராம்? பதவி கேட்டுருக்கிற பெண்களை அந்தப் பக்கமாகவும் கொஞ்சம் அனுப்பும்படி சொல்லியிருக்கிறார். என் மாமன் 'என்னை மாமா வேலையா பார்க்கச் சொல்லுகிறாய்?' என்று சொல்லி மாஜிஸ்திரேட்டைத் தலைகீழாகத் தொங்க விட்டுவிட்டான். இந்தச் சம்பவத்தைப் பற்றிப் பத்திரிகைகள் கூட அரசல் புரசலாக எழுதின. தலைமைக்குத் தர்ம சங்கடமாக ஆகிப்போனதாம். தலைமை சரியான நேரத்திற்காகக் காத்திருந்தது என்றுதான் சொல்லவேண்டும்.

மாமாவைப் பற்றிப் புகார்கள் வெளிப்படையாகப் பத்திரிகை களுக்கும் தொலைக்காட்சிகளுக்கும் போக ஆரம்பித்தன. அவர்கள் தோண்ட ஆரம்பித்தார்கள். காவல் துறையை வைத்து எல்லோரையும் மிரட்டிக் கொண்டிருந்தானே? என்னைக் கூட அப்படி ஒரு தடவை மிரட்டினானே? இப்போது வேறு வழியில்லாமல் அவன் அல்லக்கைகள் புகார்களைப் பதிவு செய்ய ஆரம்பித்தனர். நான் பேப்பர் படிப்பதையெல்லாம் நிறுத்திப் பல காலம் ஆகிவிட்டதால், இதைப் பற்றி ஒன்றும் தெரியவில்லை. தொலைக்காட்சிகளையும் பார்ப்பதில்லை. நண்பர்கள் பேசுவதை மட்டும் காது கொடுத்துக் கேட்டுக் கொள்வேன். அந்தக் காலத்தில் அறிவு வருவதற்கான அத்தனை பாதைகளையும் அடைத்து வைத்திருந்தேன். நத்தை ஓட்டிற்குள் காலையும் தலையையும் உள்ளிழுத்துக் கொள்வதைப்போல, என்னை நானே உள்ளிழுத்துக் கொண்டிருந்தேன்.

மாமா குறித்த சம்பவங்களை மறக்க விரும்பியதும்கூட ஒரு காரணமாக இருக்கலாம். அம்மா சரியாகக் கணித்திருந்தது. அவனது

அக்காவாயிற்றே? மாமாவுக்குக் கெட்ட நேரம் கட்டத்தில் எப்போது வரும் என்று தெரிந்து வைத்திருந்தது. மாமாவின் ஜாதகம் அம்மாவிடம்தான் இருந்தது. ஒரு தட்வை ஆள் அனுப்பி அவனுடைய ஜாதகம் இருக்கிறதா என்று கேட்டான். அம்மா அதெல்லாம் எனக்குத் தெரியாது என்று சொல்லி அனுப்பிவிட்டது. அம்மாவே அடிக்கடி போய்ப் பார்த்துப் பழகியதால் பாதி ஜோதிடர் ஆகிவிட்டது. கட்டங்களையெல்லாம் சரியாகக் கணிக்கும். ஒரு ரெண்டு கோடு நோட்டு ஒன்றை எடுத்துக்கொண்டு வாசற்படியில் போய் அமர்ந்துகொண்டு விரல்களை மடக்கி எண்ணி கட்டங்களைக் கணிக்கும். அதைப் பார்க்கும்போது எனக்கு ஆச்சரியமாக இருக்கும். ஒரு தடவை எனக்கும் பார்த்துச் சொல்லும்மா என்றேன். நான் சொல்வதை இம்மி பிசகாமல் அப்படியே கேட்டாலே நன்றாக வந்து விடுவாய் என்றது அம்மா. அதனால்தான் அந்த நேரம் வருகிற வரை என்னைப் பொத்திப் பாதுகாத்தது போல. மாமாவின் அழிவும் என்னைப்போல ஒரு இளைஞனிடமிருந்துதான் ஆரம்பித்திருக்கிறது.

என்னைப் போலவே தந்தை இல்லாத அந்தச் சொத்தை வாங்குவதற்காக அந்தக் குடும்பத்தை இவன் துன்புறுத்தியிருக்கிறான். அந்த இளைஞனையும் அவன் திருக்கை வாலால் போட்டு அடித்திருக்கிறான். அந்தப் பையன் தைரியமாக மீடியாவிற்குப் போய்விட்டான். அவன் முதுகில் இருக்கும் தழும்புகளைப் புகைப்படம் எடுத்துப் போட்டுக் கிழித்து விட்டார்கள். இதுவரை மாமாவிற்குப் பயந்தவர்கள் எல்லாம் துணிந்து புகார் கொடுக்கக் கிளம்பிவிட்டனர். ஒரு முறை மாமாவிற்கு எதிராக உள்ள கட்சியைச் சேர்ந்த மாவட்டச் செயலாளரையும் பார்க்கப் போனேன். அவர் எல்லாவற்றையும் கேட்டுவிட்டுக் கையெடுத்துக் கும்பிட்டுவிட்டார். ''மன்னிச்சுருங்க தம்பி. உன் மாமன் மனசாட்சியே இல்லாதவன். சொந்தக் குடும்பத்தையே இந்தப் பாடு படுத்தறானே. நானெல்லாம் எம்மாத்திரம்? ஸ்கார்ப்பியாவுல லாரிய ஏத்திருவாங்க'' என்றார். அப்படி பயத்தில் எல்லோரையும் வைத்திருந்த மாமா இப்போது துவண்டு போயிருந்தானாம். கூடவே கடுமையான சர்க்கரை வியாதி வேறு வந்துவிட்டதாம். பெரு விரலில் ஏற்பட்ட காயம் ஒன்று ஆறாமல் அப்படியே சீழ் பிடித்து இருக்கிறதாம். அது அப்படியே பரவினால் ஒரு காலைத்தான் வெட்டியெடுக்க வேண்டியிருக்கும் என மருத்துவர்கள் எச்சரித்து அனுப்பியிருக்கிறார்கள். அவனால் ஒரு டீ டம்ளரைக்கூட பிடித்துக் குடிக்க முடியாமல் கைகள் அப்படி நடுங்குகின்றன என்று பார்த்தவர்கள் சொன்னார்கள் என்று என் நண்பன் சொன்னான். என்னுடைய நிலத்திலிருந்த ஆட்களெல்லாம் வெளியேறிவிட்டனராம்.

ஆனால், மாமா பாம்பு மாதிரி லாகவமாக அசந்த நேரத்தில் கொட்டிவிடுவான். ஆனால், அதெல்லாம் எங்களுக்கு மட்டும்தானே தெரியும். பயத்திலிருந்த மக்கள் படையெடுத்து எஸ்.பி. அலுவலகத்திற்குச் சென்றார்கள். மாமா கைது செய்யப்பட்டு ஜாமீனில் வெளியே வந்திருந்தான். வாழ்க்கையில் முதன்முறையாக சிறை சென்று மீண்டிருக்கிறான். அமைச்சர் பதவியையும் தலையில் தட்டிப் பிடுங்கிவிட்டனர். ஆனால், அவன் திருந்த மாட்டான் என நான் உறுதியாக நம்பினேன். என்னுடைய விஷயத்தையும் தெரிந்துகொண்ட மீடியா என்னைத் தேடிக் கொண்டிருக்கிறதாம். நான் வெளியே வந்து விஷயத்தைச் சொன்னால், மாமாவுக்கு மேலும் சிக்கலாகி விடுமாம். சொந்தக் குடும்பத்திலேயே போர் எழுந்து விட்டால் என்ன செய்வது என அவன் யோசனையில் இருக்கிறானாம். ''யோசனையில் இருக்கிறானா, பயத்தில் இருக்கிறானா?'' என்றேன். ''கொஞ்சம் பயந்த மாதிரிதான் தெரியுது'' என்றான் நண்பன்.

எனக்கு இன்னொரு சம்பவம் நினைவிற்கு வருகிறது. ஒரு முறை தற்செயலாக ஊருக்குப் போயிருந்தபோது, ஒரு மட்ட ரகமான லாட்ஜ் ஒன்றிற்கு அழைத்துப் போனான். அங்கிருந்த ஆட்கள் என்னுடைய விதைப் பையை நசுக்கினார்கள். பேன்ட்டைக் கழற்றி ஜட்டியோடு அமர வைத்தனர். மாறி மாறி கன்னத்தில் அறைந்தனர். என் மாமா என்னுடைய முடியை மேலும் கீழும் வேகமாக இழுத்து தலையை ஆட்டினான். அதில் ஒருத்தன் என் கீழுதட்டைப் பிடித்து இழுத்து 'கடிச்சு வைக்கவா' என பக்கத்தில் வந்து கேட்டான். கிட்டத்தில் சரக்கு வாடை அடித்தது. எனக்கு அவமானமாக இருந்தது. அந்தச் சமயத்தில் மாமனைப் பார்த்தேன். அவன் தலையைத் திருப்பிக் கொண்டான். நான் வெளியில் யாரிடமும் மூச்சு விடவில்லை. வீட்டிற்குப் போனேன். சோறு கூட இறங்கவில்லை. அம்மா எதையும் கண்டுபிடிக்கவில்லை. அம்மாவிடம் சொன்னால் கஷ்டப்படும் என்பதால் அந்தச் சம்பவத்தை மறைத்துவிட்டேன். அத்தை மட்டும் ஏதோ நடந்திருக்கிறது என்பதைக் கண்டுபிடித்தது. 'என்னாச்சு? என்னாச்சு?' என அத்தை நான் நன்றாகத் தூங்கும் வரையில் அவ்வப்போது கேட்டுக்கொண்டே இருந்தது. நான் பழி தீர்க்காவிட்டாலும், அத்தை தீர்த்துவிடும் என்றுதான் தோன்றியது. அத்தையெல்லாம் என் விஷயத்தில் தற்கொலைப் படை மாதிரி. பெட்ரோலைத் தன் மீது ஊற்றிக்கொண்டு அவனைப் போய்க் கட்டிப் பிடித்து எரித்துவிடும். எதற்காக அத்தை இவ்வளவு பொறுமையாக இருக்கிறது என்றுகூட ஒரு தடவை யோசித்துப் பார்த்திருக்கிறேன். அத்தையும் எனக்காகதான் பொறுத்துக்

கொண்டிருக்கும் என்று தோன்றுகிறது. அத்தையின் ஆங்காரத்தை ரொம்ப நாள் பொத்தி வைக்க முடியாது. என்றாவது ஒரு நாள் வெடித்துவிடும். இல்லாவிட்டால், துத்தநாகத்தைக் குடித்துவிடும். ஆமாம், இப்போதெல்லாம் துத்தநாகம் இருக்கிறதா?

௨௨

ஜார்ஜ் ஆண்டனி உடுமலைப் பேட்டைக்குப் பக்கத்தில் வாங்கிப் போட்டிருந்த நிலத்தில், தண்ணீர் சுத்தமாகக் கிடையாது. இரண்டு போர் போட்டிருந்தார்கள். அதிலும் 800 அடிக்குக் கீழே தண்ணீர் இருக்கிறது. ஆனால், ஜார்ஜின் கருத்துப்படி பயிரிடுவதற்கேற்ற நல்ல செம்மண் நிலம். அதில் பெரிய ரிஸ்க் எடுக்கிறான் என ஆதங்கப்பட்டுக் கொண்டிருந்தான் அவனுடைய பங்குதாரராக இருந்த கோபிநாத். படுகா இனத்தைச் சேர்ந்தவன் அவன். அவனை எப்படியோ வசீகரித்து பார்ட்னராக்கி விட்டான் ஜார்ஜ். போட்ட பணம் வந்துவிட்டால் போதும் என்கிற மன நிலையில் இருந்தான் கோபி. அதிலும் எட்டு ஏக்கர் நிலத்தில், 4500 லக்னோ 49 கொய்யாச் செடி வைப்பதற்கும் 400 பேரிச்சைச் செடி வைப்பதற்கும் ஜார்ஜ் திட்டம் போட்டிருந்தான். இந்த லக்னோ 49 என்பது மரபணு மாற்றப்பட்ட கொய்யா. லக்னோவில் இருந்து வந்ததால் அந்தப் பெயர். அந்தச் செடி இப்போது தமிழ்நாட்டில் பெரிய குளம் போன்ற ஊர்ப் பக்கமெல்லாம்கூட கிடக்கிறது.

தண்ணீர் இல்லாத காட்டில் இவ்வளவு எப்படி வைக்க முடியும் என கோபி குழம்பிப் போனான். ''பாஸ், நான் போட்ட காசைக் கொடுத்திடுங்க. நீங்க பார்ட்னர் ஆகிக்கோங்க'' என்றான். நான் ஜார்ஜ் பற்றி எடுத்துச் சொன்னேன். சின்ன வயதிலிருந்து அவன் விவசாய ஞானியாக இருந்தான் என்பதை எடுத்துச் சொன்னேன். அவன் அதையெல்லாம் காதிலேயே போட்டுக் கொள்ளவில்லை. ஜார்ஜுக்குப் பல்வேறு வகையில் முட்டாள்தனமான நெருக்கடி கொடுத்துக் கொண்டிருந்தான். சொட்டு நீர்ப் பாசனத்தில்

போடுவோம் என்று சொன்னபோது மிரண்டுவிட்டானாம். வாய்க்கால் வெட்டினால்தான் ஆச்சு என்றானாம். கோபி மட்டுமல்ல, அங்கிருப்பவர்களே சொட்டு நீரில் இவ்வளவு பெரிய விவசாயம் என்பதை நம்பவே இல்லை. எல்லோரும் 'ஓழுங்காய்ப் பாடுபடு வயக்காட்டில், உயரும் உன் மதிப்பு அயல் நாட்டில்' என எம்.ஜி.ஆர். தனமாகத்தான் விவசாயத்தை அணுகிக் கொண்டிருந்தார்கள். தண்ணீர் விடுவதற்குக் கூட அறிவியல் ரீதியில் இவர்கள் சொன்ன கணக்கு வழக்கு அங்கிருக்கிற ஒருவருக்கும் புரியவில்லை. இவர்களை சோலைப் பைத்தியம்போல பார்த்தார்கள். ஒரு செடிக்கு ஒரு நாள் விட்டு ஒரு நாள் 15 லிட்டர் தண்ணீர் விட்டால் போதும் என்று சொன்னபோது அதிர்ந்தே விட்டார்களாம்.

ஜார்ஜ் அவன் கத்தியதையெல்லாம் காதிலேயே போட்டுக்கொள்ள வில்லை. அடி உரத்திற்கு வேப்பம், புண்ணாக்கு, செறிவூட்டப்பட்ட மண் புழு உரம், குருணை மருந்து ஒன்றையும் கலந்து போட்டான். இந்தச் செறிவூட்டப்பட்ட மண் புழு உரத்திலும் இப்போதெல்லாம் திருட்டுத்தனம் நடப்பதாகச் சொன்னான் ஜார்ஜ். பொதுவாகவே அதற்கு நாட்டு மாட்டுச் சாணத்தைதான் பயன்படுத்துவார்களாம். ஆனால், உடனடியாக இயற்கை உரத் தயாரிப்பிலும் பணம் பார்த்துவிட வேண்டும் என்பதற்காகக் கலப்பினப் பன்றிகளின் விட்டைகளை அதற்குப் பயன்படுத்துகிறார்களாம். எல்லாமும் மலம்தானே என்றேன். விவசாயத்தில் ஒவ்வொன்றிற்கும் ஒரு துல்லியமான கணக்கும் அர்த்தமும் இருக்கிறது என்றான் ஜார்ஜ். அதிலும் இன்னொரு கொடுமையைச் செய்தான். அந்தப் பக்கமெல்லாம் மழைக் காலத்தில்தான் செடி நடுவார்கள். ஆனால், கடுமையான வெய்யில் காலத்தில் அதை நட்டான். ஊரே வந்து காறித் துப்பிவிட்டுப் போனது. வெய்யில் காலத்தில் ஒரு செடி தாக்குப் பிடித்து வளர்ந்து விட்டால், எந்த வறட்சியையும் தாக்குப் பிடிக்கும் என்றான் ஜார்ஜ். அதற்கு உதாரணம் ஒன்றையும் சொன்னான். ''பணக்காரக் குழந்தைகளுக்கு அத்தனை வியாதிகள் வருகின்றன. ஆனால், கழிவு நீர் ஓடும் குடியிருப்புப் பகுதிகளிலேயே தங்கியிருக்கும் குழந்தைகள் பெரும்பாலும் நோய் எதிர்ப்பு சக்தியுடன் இருப்பார்கள். அதிலும் நோஞ்சான் குழந்தைகள் இருக்கத்தான் செய்வார்கள். ஆனால், அப்படி எதிர்ப்பு சக்தியிலேயே புரண்டு வளர்ந்து வருவதால் அவர்கள் திடமாக இருப்பார்கள். அது மாதிரிதான் என் முறையும்'' என்றான் ஜார்ஜ். 'அதற்காக கத்தரிக்கு நிகரான வெயிலிலா நடுவார்கள்?' என ஒருவர் புலம்பிவிட்டுப் போனார். அப்படி ஜார்ஜ் போட்ட செடியில் கொத்துக் கொத்தாக

நோஞ்சான் குழந்தைகள் இருந்தார்கள். நூற்றில் பத்து செடிகள் வேர் விடாமல் வெய்யிலில் கருகிப் போயின. அதைப் பார்த்து கோபி எரிச்சலானான்.

ஆனால், மற்ற செடிகளின் வேர் ஊன்றியதை நான் கண்ணால் பார்த்தேன். இலைகள் காய்ந்து மக்கிக் குழியில் விழுந்தன. அத்தனையும் உரம் என்றான். எனக்கே எரிச்சலாக இருந்தது. ஒரு நாள் காலையில், நான் பார்த்தபோது, காய்ந்து போன ஒரு செடியில் பச்சையாய்த் துளிர் தெரிந்தது. நான் ஓடிப் போய் ஜார்ஜை அழைத்துக் காட்டினேன். நோஞ்சான் குழந்தை மூச்சு விட ஆரம்பித்திருக்கிறது என சொல்லிவிட்டு அவன் மகிழ்ச்சியாகச் சிரித்தான். அப்படி ஒவ்வொரு காய்ந்த செடியும் துளிர் விட்டது. ஆனால், பேரிச்சை மட்டும் தேமேவென கிடந்தது. அந்த நேரத்தில் சத்தான உயிர் மழை ஒன்று கிடைத்தால்கூட போதும் என்றான் ஜார்ஜ். கோடை மழை வருவதற்கான அறிகுறிகளே இல்லாமல் இருந்தது. நீரைச் சேகரிக்கக் கட்டப்பட்டிருந்த தொட்டி ஒன்றும் மழைக்காகக் காத்திருந்தது.

ஆழ்துளை போர் மூலம் எடுக்கப்படும் தண்ணீர், சொட்டு நீர்க் குழாய்கள் வழியாக ஒவ்வொரு பகுதிக்கும் செல்லுமாறு ஏற்பாடு செய்திருந்தார்கள். இதற்காக எட்டு ஏக்கர் நிலத்தில் 18 கேட் வால்வுகளை அமைத்திருந்தான் ஜார்ஜ். ஒரு கேட் வால்வுக்குத் தோராயமாக 450 செடிகள் என பிரித்திருந்தார்கள். ஒரு கேட் வால்வை ஒரு மணி நேரம் திறந்து விடவேண்டும். ஆனால், பகலில் நான்கைந்து மணி நேரத்திற்கும் மேல் மின்சாரம் இருக்காது. இரவு முழுவதும் கேட் வால்வுகளைத் திறந்து விட்டுக்கொண்டே இருக்க வேண்டும். நான் அங்கிருக்கும்போது, நான் பார்த்துக் கொள்கிறேன் என்று சொல்லி ஒரு நாள் இரவு இருந்து பார்த்தேன். அந்த ஒரு நாளிலேயே மூன்று பாம்புகளைப் பார்த்துவிட்டேன். தவிர, அந்த நிலத்தின் கடைக் கோடியில் முனி நடமாடுவதாகப் பகலில் ஒருவர் சொன்ன கதை அப்போது நினைவிற்கு வந்தது. ஆந்திராவில் நானும்கூட மழையை எதிர்பார்த்தேன். அந்தப் பச்சை துளிர்ப்பதைப் பார்த்ததில் இருந்து, மேலும் பார்க்க வேண்டுமென்கிற வெறி வந்துவிட்டது.

நான் தண்ணீர் பாய்ச்சப் போன அந்த ஊரில் பயந்துகொண்டே தனியாக அமர்ந்திருந்தேன். சாலை விளக்குகள் அத்தனையும் போட்டு வைத்தேன். தூரத்தில் ஒரு உருவம் நடந்து வருவது தெரிந்தது. ஒடுங்கிப் போய்விட்டேன். பூர்வீகப் பண்ணாடி ஒருவர் நடந்து வந்தார். அவரைப் பகலில் அந்தப் பக்கம் பார்த்ததே இல்லை.

குனிந்து பயந்துகொண்டே அவருடைய கால்களைப் பார்த்தேன். நகம் உள்பட எல்லாம் பாளம் பாளமாக வெடித்துக் கிடந்தது. அந்தக் காலே பிளாஸ்டிக்கால் செய்யப்பட்டதுபோல இருந்தது. ''பயப்படாதே, இங்கு நடப்பவை எல்லாவற்றையும் பார்த்துக் கொண்டுதான் இருக்கிறேன். இன்றிரவு மழை வரும்'' என்று சொல்லிவிட்டு இருளுக்குள் வந்து மறைந்து போனார். மழை வருவதற்கான அறிகுறிகளே இல்லாமல் இருந்த நிலையில் அப்போது அந்த முதல் உயிர் மழை பொழிந்தது. நான் பயப்படுவேன் என்பதே கொஞ்ச நேரத்துக்கு மறந்து போனது.

சாலை விளக்கொளியில் இருந்து விலகி இருட்டான பகுதியில் நின்றுகொண்டு மழையில் நனைந்தேன். உயிர் மழை என்கிற வார்த்தையை எனக்குள் மறுபடி மறுபடி சொல்லிக்கொண்டே நனைந்தேன். மறுநாள் காலையில், காய்ந்த குச்சிகளில் நிறைய பச்சைத் துளிர்ப்புகள் தெரிந்தன. பேரிச்சையைப் பார்த்தேன். அப்போதும் அது தேமேவென கிடந்தது. அஜ்வா துளிர்ப்பதற்காக நானும் காத்திருந்தேன்.

ஜார்ஜ் ஆண்டனி இன்னொரு திட்டமும் வைத்திருந்தான். இந்தப் பகுதி தண்ணீருக்கும் வறட்சிக்கும் தகுந்த மாதிரி டிராகன் பழ விவசாயம் செய்யத் திட்டமிட்டிருந்தான். டிராகன் பழங்கள் என்பதால், ஏதோ சீனாவில் இருந்து வந்தது என்று நினைத்துக் கொள்ளாதீர்கள். டிராகனைப் போலவே இந்தப் பழங்கள் வசீகரமானவை. பூர்வீகம் மத்திய அமெரிக்கா. இந்தோனேசியாவிற்கு வந்து இப்போது இந்தியாவிலும் நுழைந்திருக்கிறது. பழமுதிர் நிலையங்களிலும் சோலைகளிலும் அப்பழத்தை நீங்கள் பார்த்திருக்கலாம். விலை கிலோ 350 ரூபாய்க்கும் மேல் வரும். நாற்பது டிகிரி வரை வெய்யில் தாங்கும். நோயென்று பார்த்தால், வழக்கமாக நம்மூர்ச் செடிகளுக்கு வரக் கூடியவைதான். எல்லா வற்றுக்கும் மருந்துகள் இருக்கின்றன. பராமரிப்பைப் பொறுத்தவரை பெரிதாக அலட்டிக்கொள்ளத் தேவையில்லை. இவை கேக்டஸ் என்கிற குடும்ப வகையைச் சேர்ந்தவை என்பதால் ஒரு இலையைக் கட் செய்து ஒரு கம்பத்தில் கட்டி வைத்துவிட்டாலே போதுமானது. பிடித்து மேலேறிவிடும். என்னை மாதிரி தரையிலேயே கிடக்காது. ஜார்ஜ் அந்தப் பழங்களையும் இடையிடையே போடலாம் என்கிற திட்டத்தில் இருந்தான். மற்ற இரண்டைக் கூட நம்பிவிடுவேன். ஆனால், டிராகனை நம்பவே மாட்டேன் என்றான் கோபி. அவனுக்குக் காட்டுவதற்காக சத்திய மங்கலம் பக்கத்தில் இருக்கிற கடம்பூர் வனத்திற்கு எங்களை அழைத்துப் போனான் ஜார்ஜ்.

அவன் இரவு காட்டுப் பயணத்தைத் தேர்ந்தெடுத்தான். போகும் போது, சில காட்டுப் பன்றிகளைப் பார்த்தேன். ''காட்டுப் பன்றிகள் தானா? வேறு ஒன்றும் சிக்காதா?'' என்றேன். ''காட்டுப் பன்றி என்று இளக்காரமாக நினைக்கிறாய். கோபம் வந்துவிட்டால் காட்டுப் பன்றி ஒற்றை ஆளாய் யானையைக் கூட விரட்டும். வாழ்க்கையில் காட்டுப் பன்றி மாதிரி இருக்க வேண்டும்'' என்றான். என் மூளை அதைக் குறித்துக்கொண்டது. கரடியொன்று எங்களது காருக்கு முன்னால் எழுந்து நின்று ஆடியது. விளக்கை அணைக்காமல் அது போகும் வரை அமைதியாக இருந்தான் ஜார்ஜ். அந்த நேரத்தில் எனக்கு அந்தக் கரடியிடம் போய் கை குலுக்கவேண்டும் என்ற அளவில் தைரியத்துடன் இருந்தேன்.

விடியற்காலையில் கடம்பூர் வனத்திற்குப் போய்ச் சேர்ந்தோம். தண்ணீரே இல்லாத வறண்ட பூமி. போர் போட்டு எடுத்துக் கொள்ளலாம். நடவுக்கு ஒரு மழை, அறுப்புக்கு ஒரு மழை பெய்தால் மட்டும் போதும் என்கிற மரவள்ளிக் கிழங்கு குச்சியை அந்தப் பகுதி முழுக்க நட்டிருந்தார்கள். கோபியும் நானும் நம்பிக்கை இழந்தோம். அந்த மலையைச் சுற்றிக்கொண்டு தோட்டத்தை நோக்கி நடந்தபோது சிவப்பு வண்ணத்தில் அந்தரத்தில் ஏதோ மிதந்து கொண்டிருப்பது போல காட்சியொன்று தெரிந்தது. எனக்கு மட்டும்தான் அப்படித் தெரிகிறதா என்கிற சந்தேகத்தில் கோபியிடம் கேட்டேன். அவனும் ஆமாம் தெரிகிறது என்றான். பக்கத்தில் நெருங்க நெருங்க அவை காய்த்துத் தொங்கும் டிராகன் பழங்கள் என தெரிந்தது. கோபி கொஞ்சம் நம்பிக்கையானான். நான் புகைத்துக்கொண்டே டிராகன் பழங்களைப் பார்த்தேன். அதற்கு அந்தப் பெயர் வைத்தது சரிதான். சுற்றிலும் முட்கள் நிறைந்த சிவப்பு நிற அணுகுண்டு மாதிரி இருந்தது. வெட்டிச் சாப்பிடும்போது, தர்ப்பூசணியை விட ஒரு படி மேலே இருந்தது. சர்க்கரை நோய்க்கு அருமருந்தாம். எனக்கும் கூட சர்க்கரை நோய் இருக்கலாம். யார் கண்டது? இப்போது எல்லாம் அடிக்கடி சிறுநீர் கழித்துக் கொண்டிருக்கிறேன். அரை டம்ளர் தண்ணீர் குடித்தால்கூட அடுத்த அரை மணி நேரத்தில் சிறுநீராய்ப் போய்விடுகிறது.

23

அங்கு தங்கியிருந்த சமயத்தில் ஜார்ஜ் ஆண்டனி என்னைக் கமுதி பக்கத்தில் உள்ள கிராமத்தில் போய் கொய்யா நாற்றுகளை வாங்கி வரச் சொன்னான். முதலில் தர்மபுரி பக்கத்தில் உள்ள பாச்சாம் பள்ளியில் லக்னோ 49 கொய்யா நாற்றுகளை வாங்கினான். நான் அங்கே போயிருக்கிறேன். ஒட்டுச் செடிகளும் கிடைக்கும். பதியன் செடிகளும் கிடைக்கும். அந்தச் சின்ன ஊரில் பெரும்பாலான காடுகளில் தண்ணீரில்லை. தண்ணீரை விலைக்கு வாங்கி வண்டி களில் கொண்டுவந்து ஊற்றிக் கொள்கிறார்கள். அங்குள்ள விவசாயிகள் கடுமையான ரிஸ்க் எடுத்து உழைக்கிறார்கள். லட்சக் கணக்கில் சம்பாதிக்கிறார்கள். விவசாயமும் ஒரு லாபகரமான தொழில்தான் என்கிற சிந்தனை அங்கு போன பிறகே எனக்கு வந்தது. என்னைப் பொறுத்தவரை கிருஷ்ணகிரி, தர்மபுரி மாவட்டங்க ளெல்லாம் வறட்சியான மாவட்டங்கள். ஏனெனில், அப்படிதான் செய்திகளில் படித்திருந்தேன். ஆனால், இங்கு அப்படி ஒரு தொழிலில் விவசாயிகள் கொடிகட்டிப் பறப்பதைப் பார்க்கையில், எனக்கே இந்தத் தொழிலை என்னுடைய ஊரில் ஆரம்பிக்க வேண்டும் என்கிற யோசனை வந்துவிட்டது.

அங்கிருந்து வாங்கிய செடிகளில் சில கருகிவிட்டதால், அதை மாற்றுவதற்கான நாற்றுகளுக்காக கமுதிக்கு அனுப்பினான். எந்தச் சிக்கலையும் உருவாக்கி விடாதே என்று சொல்லிதான் என்னை அனுப்பினான். ஆனாலும், என்னையறியாமல் ஒரு சிக்கலை உருவாக்கிவிட்டேன். ஜார்ஜ் ஆண்டனிக்கு மட்டும் இந்த விஷயம் தெரிந்துவிட்டால் அவமானமாகிப் போய்விடும். தொழில் செய்கிற

இடத்தில் இப்படி நடந்துகொள்வதை அவன் அனுமதிக்கவே மாட்டான்.

நான் மதிய வெய்யில் நேரத்தில் போயிருந்தேன். சுற்றிலும் பொட்டல் காடு. குட்டை குட்டையாய் காய்ந்த பனை மரங்கள் மட்டும் நின்றன. மற்றபடி கருவேலம் கூட முளைக்க முடியாத அளவுக்குப் பொட்டல் காடு. செருப்பைக் கழற்றி நிலத்தில் கால் வைத்துப் பார்த்தேன். தார்ச் சாலையில் இருப்பதைப்போல நிலம் சூடாக இருந்தது. பறவைகள் சத்தமே இல்லாத ஒரு பொட்டல் வெளியாக அது இருந்தது. அப்படியே என்னுடைய ஊரைப் பார்த்தது மாதிரியே இருந்தது. ஒரு தடவை சின்ன அத்தை கறிக் குழம்பு வைத்து, அதற்குள் காத்து கருப்பு அண்டக் கூடாதென கரித் துண்டைப் போட்டு அப்பாவுக்குக் கொடுத்து விட்டபோது இப்படி ஒரு பொட்டல் வெளியைக் கடந்து வந்த ஞாபகம் வந்தது. அப்போதும் இப்படிதான் நிலம் கொதித்தது. மதிய நேரத்தில் சுடுகாடுகளில் இருப்பதைப்போல சுற்றிலும் ஒரு அமைதி இருந்தது. இங்கு வந்து என்ன செய்வார்கள்? இந்தப் பக்கமெல்லாம் நிலத்தின் விலை குறைவு என்பதால் சில பஞ்சாபிகள் ஒன்று சேர்ந்து மொத்தமாக 100 ஏக்கர் வாங்கிப் போட்டிருக்கிறார்கள். அது ஒரு குருத்வாராவின் அறக்கட்டளைக்குச் சொந்தமான நிலம். அதில் வரும் பணம் தான தர்ம காரியங்களுக்குப் போகிறது. வேண்டுதல் களை நிறைவேற்றுவதற்காக அங்கிருந்து குடும்பமாய்க் கிளம்பி வந்து அந்த நிலத்தில் கடுமையான பணிகளைச் செய்கிறார்கள் என்று கேள்விப்பட்டிருந்தேன். குறைவான ஊதியத்தை மட்டும் பெற்றுக் கொள்கிறார்கள். ஒரு வேண்டுதல் நிமித்தமாக ஒரு இரண்டு நாள் உழைப்பதைப் புரிந்து கொள்ளலாம். ஆனால், வருடக் கணக்கில் வேண்டுதலை நிறைவேற்ற இப்படி உயிரைக் கொடுத்துப் பாடுபடுகிறார்கள் என்பது எனக்குப் புது விதமாக இருந்தது. காதால் கேள்விப்படுவது வேறு. அந்த அதிசயத்தை நேரில் தரிசிப்பதென்பது வேறு. அந்த அசுர உழைப்பைப் பார்த்தேன். அந்த வறண்ட பாலை வனத்தில் பசுமையை உருவாக்கியிருந்தனர். மாம்பழம், கொய்யா, நெல்லி என அத்தனை பழ வகைகளையும் போட்டிருந்தனர். என்னை வரவேற்றவர் பெயர் மன்மோகன் சிங். பஞ்சாபியாய் ஆரத் தழுவி வரவேற்றார். பஞ்சாபிப் பெண்கள் முக்காடிட்டு என்னை வணங்கி டீ கொடுத்து உபசரித்தார்கள். இப்படி ஒரு அடர்த்தியான டீயை நான் வேறு எங்கும் அதற்கு முன் குடித்ததேயில்லை. அன்றிரவு அங்கேயே தங்கிப் போகச் சொன்னார். அந்த நேரத்தில் பேருந்து கிடைப்பதிலும் சிக்கல் என்பதால் நான் சரியென்றேன்.

அங்கேயே பயிரிடப்பட்ட காய்கறிகளைக் கொண்டு எனக்கு மிகப் பிரமாதமான இரவு விருந்தைத் தயார் செய்தார்கள். ''நோ ட்ரிங்க்ஸ் இன்சைட் த கேம்பஸ்'' என்று தெளிவாகச் சொல்லிவிட்டார் மன்மோகன் சிங். புகையைப் பற்றி அவருக்கு ஏதும் தெரியாது என்கிற நம்பிக்கையில் நான் இருந்தேன். தவிர, அவர்களுடைய வழக்கம் எனக்கு நன்றாகத் தெரியும். அந்த நிலத்தில் ஆஸ்பெஸ்டாஸ் ஷீட் கொண்டு அவர்களுக்கான குருத்வாராவைக் கட்டியிருந்தார்கள். ஒரு தடவை நான் மஹாராஷ்டிராவில் உள்ள குருத்வாராவுக்குப் போயிருக்கிறேன். அந்தப் பகுதிக்குள் நுழையும்போது டர்பன் இல்லாமல் நுழைய முடியாது. தலையில் கர்ச்சீப்பைக் கொண்டாவது டர்பன் மாதிரி போட்டுக்கொண்டுதான் போக வேண்டும். ஒரு துளி போதையைக் கூட உள்ளே அனுமதிக்க மாட்டார்கள். நான் என்னுடைய போதையெல்லாம் வடிந்த பிறகுதான் உள்ளே போவேன். சாப்பிடுகிற இடம் வரைக்கும் மட்டுமே போவேன். கோயிலுக்குள் போனதில்லை. 24 மணி நேரமும் சாப்பாடு இலவசமாகக் கிடைக்கும். வேண்டும் என்கிற அளவுக்கு ரொட்டியையும் சோற்றையும் வாங்கிச் சாப்பிடலாம். தலைக்கு மேல் கையைத் தூக்கிப் பிச்சை வாங்குவது போலதான் வாங்கிச் சாப்பிட வேண்டும். சாப்பாட்டிற்கு எந்தப் பிரச்சினையுமில்லை என்பதால், ஒரு டீ வாங்கித் தர முடியுமா என்றுதான் பிச்சை கேட்பார்கள். அப்படி பிச்சைக்காரனாக சில நாட்கள் அங்கு நானும் தங்கியிருந்திருக்கிறேன். இப்போது இந்தக் குருத்வாராவுக்கும் கூட வேறொரு வகையில் பிச்சைக்காரனாகதான் வந்திருக்கிறேன். மன்மோகன் எனக்குத் தலையில் போட்டுக்கொள்ளத் துணி கொடுத்து, அங்கு கட்டியிருந்த குருத்வாராவுக்கு வற்புறுத்திக் கூட்டிப் போனார். ஒரு அறையில் அடைக்கப்பட்ட குருத்வாரா. ஒவ்வொரு பஞ்சாபியும் இப்படி ஒரு வழிபாட்டு முறையைத் தூக்கிக்கொண்டு உலகம் முழுக்க அலைகிறார்கள். தங்களுடைய நம்பிக்கைகளைத் தூக்கிக்கொண்டு பறக்கிறார்கள். பறவையாய் தடயங்களைத் தேடி அலைகிறார்கள். நான் ஒரு கணம் என் கூட்டில் இருப்பதைப்போல உணர்ந்தேன். பறவைகளுக்குத் தஞ்சமடையும் இடமெல்லாம் கூடு. அதனால்தான் எங்கேயோ இருந்து வந்து அந்தப் பொட்டல் பாலைவனத்தைச் சோலையாக மாற்றியிருக்கிறார்கள். நிலம் தேடும் அவர்களின் கனவில் உலகம் முழுக்க உள்ள பிரதேசங்கள் எல்லாமும் இருக்கின்றன. அதனால்தான் வறண்ட பூமியாக இருந்த இந்தக் குக்கிராமத்து நிலத்தைத் தேடியும் வந்தார்கள்.

பௌர்ணமி நிலவு ஒளியாய் விழுந்த அந்த இரவில் என்னோடு பேசிக் கொண்டிருந்தார். அழகான ஆங்கிலத்தில் பேசினார். நிச்சயம்

படித்தவராகதான் இருக்க வேண்டும். ஏதாவதொரு அரசு நிறுவனத்தில் உயரதிகாரியாக இருந்து ஓய்வு பெற்றிருப்பார் என்று கணித்தேன். அதை அவரிடம் கேட்கவும் செய்தேன். ''யெஸ், ரிட்டையர்ட் டி.எஸ்.பி. ஆஃப் பஞ்சாப் போலீஸ்'' என்றார் கம்பீரமாக.

''எது உங்களை நிலத்தை நோக்கி ஈர்த்தது?'' என்றேன்.

''பஞ்சாபிகளுக்கு நிலம் கடவுள் மாதிரி. நிலம் எங்கள் கனவு. விவசாயம் உயிர். ஒவ்வொரு பஞ்சாபியின் கனவிலும் ஒரு காணி நிலமாவது இருக்கும்'' என்றார்.

''உன்னிடம் நிலம் இருக்கிறதா?'' என்றார்.

''ஆமாம் இருக்கிறது. ஆனால், தரிசாய்க் கிடக்கிறது'' என்று சொல்லிவிட்டு, அமைதியாய் அவருடைய முகத்தைப் பார்த்தேன். என் கண்களை ஊடுருவிப் பார்த்துவிட்டு, ''தரிசாய்க் கிடப்பது நிலமல்ல, நீதான்'' என்றார்.

அந்த வனாந்தரத்தில் அவர் பேசியதைக் கேட்டபோது சிலிர்ப்பாக இருந்தது. என்னை உற்சாகப்படுத்தும் விதமாக அவர் இந்த நிலத்தை பாழ் திருத்தியதைப் பற்றிச் சொன்னார். கரடாக இருந்த நிலத்தைக் கொத்திச் சமன்படுத்தியிருக்கிறார்கள். ஆழ்துளை போர் போட்டு சொட்டு நீர்ப் பாசனத்தில் அத்தனையும் பயிரிட்டிருக்கிறார்கள். ஊர்க்காரர்கள் இந்த நிலம் இப்படிப் பண்படும் என்று நம்பவே யில்லையாம். இப்போது இந்தச் செழுமையைப் பார்த்த பிறகு நிலத்தை விற்கும் போக்கை சிலர் நிறுத்திவிட்டதாகவும் சொன்னார். ஒரு சிலர் இவர்களைப் பார்த்து விவசாயம் செய்யக்கூட திட்டமிட்டிருக்கிறார்களாம். இவர்களது நிலத்தில் நல்ல மகசூல். போட்ட பணத்தை எடுத்துவிட்டனர். இப்போது மேலும் 50 ஏக்கர் வாங்குவதற்குத் திட்டமிட்டிருக்கிறார்கள். ஊர்க்காரர்கள் நிலத்தின் விலையை பத்துப் பதினைந்து மடங்காக ஏற்றிவிட்டார்களாம். ''நிலத்தில் உழைக்காமல் உங்களுடைய ஆட்கள் பணம் சம்பாதிக்க நினைக்கிறார்கள். தவிர, மன்னன் எங்கு வியாபாரம் செய்கிறானோ அங்கு மக்கள் பிச்சையெடுப்பார்கள். நிலத்தை உங்களுடைய குறுநில மன்னர்கள் ஆக்கிரமிக்கத் துவங்கிவிட்டனர்'' என்றார். என் மாமனின் நினைப்பு எனக்கு வந்தது.

மன்மோகன் சிங் நான் உறங்குவதற்காக வெளியில் ஒரு கட்டிலைப் போட்டார். அவர் தூங்கிவிட்டார் என்று நினைத்து நான் ஒரு ஓரமாகப் போய் கஞ்சாவைப் பற்ற வைத்தேன். வருஷ நாட்டுச் சரக்கு அது என்பதால், அடர்த்தியான வாசம் அந்தப் பகுதியை உடனடியாகச்

சூழ்ந்தது. மன்மோகன் சிங் ஆவேசமாக வெளியே வந்தார். என் தோள்களைப் பிடித்துக் குலுக்கி சிகரெட்டை வாங்கிக் கீழே போட்டு மிதித்தார். இந்த இடத்தில் இனி ஒரு நிமிடம் கூட இருக்கக் கூடாது என்றார் சத்தமாக. தூங்கிக் கொண்டிருந்த பெண்கள் எல்லோரும் முக்காடிட்டபடி அறையை விட்டு வெளியே வந்து பார்த்தார்கள். அதில் ஒரு பெண் என்னுடைய அம்மாவைப் போலவே இருந்தது என்பது தற்செயலான என்னுடைய கற்பனையாகக் கூட இருக்கலாம். நான் அவமானமடைந்தேன். அவர் முகத்தைப் பார்க்க முடிய வில்லை. அந்த குருத்வாரா கட்டடத்திற்குப் பின்புறம் போய் நின்று நான் புகைத்தது என்னுடைய மிகப் பெரிய தவறு. இருட்டில் அந்தப் பக்கமும் இன்னொரு கதவு இருந்தது என்பதைக் கவனிக்கவில்லை. நான் நின்ற இடம், அவர்களுடைய கடவுளின் பார்வை படுகிற இடம். இன்னும் கொஞ்சம் தள்ளிப் போய்ப் புகைத்திருந்தால் பிரச்சினையே இருந்திருக்காது. ஆனால், தள்ளிப் போகத் தயக்கமாக இருந்தது. அந்த இரவில் பாம்புகள் தொல்லையும் இருக்கும் என்கிற பயத்தில் கொஞ்சம் அசந்துவிட்டேன். நான் புனிதமான அந்த இடத்தை விட்டு வெளியேறவேண்டும் என்பதில் அவர் உறுதியாய் இருந்தார்.

அந்த இரவில் நான் தனியாக நடந்தேன். பனை மரங்கள் எல்லாம் பயமுறுத்தின. என் உடம்பு நடுங்கிக் கொண்டிருந்தது. பின்னால் வண்டிச் சத்தம் கேட்டது. மன்மோகன் சிங் வண்டியைக் கொண்டு வந்திருந்தார். ‘‘என்ன இருந்தாலும் நீங்கள் என் விருந்தினர். நான் அப்படி கோபப்பட்டிருக்கக் கூடாது. மன்னித்துக் கொள்ளுங்கள். ஆனால், அது எங்கள் கோயில்’’ என்றார். நான் புரிந்து கொண்டதைப்போல தலையாட்டினேன். உடனடியாகத் தலையைக் குனிந்துகொண்டேன். என்னை அணைத்துக் கொண்டார். அவர் என்னை அழைத்துப் போய் பேருந்தில் ஏற்றிவிட்டார். கொய்யாக் கன்றுகளை வண்டியில் போட்டு அனுப்பி விடுவதாகச் சொன்னார். ‘‘உங்கள் கனவு எது என்பது பற்றி சீக்கிரம் முடிவு செய்யுங்கள். நிலத்தின் மீது ஆக்கிரமிப்பு செலுத்துகிறவனாகச் சொல்கிறேன். உங்களிடம் இன்னும் உயிர்ப்பு ஒட்டி இருக்கிறது. அதைத் தொலையக் கொடுத்து விடாதீர்கள்’’ என்றார். எனக்குக் கொஞ்சம் நம்பிக்கையாக இருந்தது.

24

“சரி, உனக்காக உன் அம்மாவைப் பார்க்க வருகிறேன்'' என்றாள் டெய்ஸி. எனக்கு அளவு கடந்த சந்தோஷம். நான் ஜார்ஜ் ஆண்டனியின் பணத்தை எடுத்துக்கொண்டு நேராக பழனிக்குத் திரும்பவும் வந்திருந்தேன். டெய்ஸியைத் தொடர்புகொள்ளத் தொடர்ந்து முயற்சித்துக் கொண்டிருந்தேன். ஒரு முறை தொலை பேசியை அணைத்து வைத்த பிறகு, அடிக்கடி அவளை வெவ்வேறு எண்ணில் அழைத்துக் கொண்டிருந்தேன். ஒரு நாள் அதிர்ஷ்டவசமாக அவளுடைய எண் அடித்தது. எடுத்துப் பேசியபோது, அவள் மூணாறில் இருப்பதாகச் சொன்னாள். நான் உடனடியாகக் கிளம்பிப் போனேன். அவளை ஃபோனில் தொடர்புகொள்ள முடிந்த விஷயம் எனக்கு அந்தச் சூழ்நிலையில் நம்பிக்கையாக இருந்தது. அவளை மீட்டுக்கொண்டு வந்துவிட வேண்டுமென்கிற தணியாத வேட்கை உருவானதை உணர்ந்தேன். என் அடியாழத்தில் நம்பிக்கை துளிர்த்தது. அவளை அழைத்துக்கொண்டு பழனிக்கு வருவதாக அடிவாரத்தில் போய் நின்று வேண்டிக்கொண்டேன். அவள் கொடுத்த முகவரியை வைத்து விசாரித்துப் போய் நின்றேன். ஒரு பழைய பிரிட்டிஷ் பங்களாவொன்றில் தங்கியிருந்தாள். அவளோடு தங்கியிருந்த நண்பர்கள் ஒரு வாரம் கழித்து வருவதாகச் சொல்லி விட்டு எங்கோ கிளம்பிப் போயிருந்தனர். இது யாருடைய வீடு, என்ன வகையான ஏற்பாடு என்றெல்லாம் தெரியவில்லை.

நான் போனபோது அவள் படுக்கையில் இருந்தாள். மார்புக் கூட்டில் எலும்புகள் மட்டும் தெரிந்தன. தனக்கு மலேரியாவுடன் மஞ்சள் காமாலை வந்துவிட்டதாகச் சொன்னாள். மருத்துவ அறிக்கைகள்

மேஜையில் சிதறிக் கிடந்தன. எடுத்துப் புரட்டிப் படித்துப் பார்த்தேன். நிறைய விஷயங்கள் மோசமாக இருப்பதாகப் போட்டிருந்தார்கள். அறிவியல் படித்தவன் என்பதால் என்னால் அதை ஓரளவிற்குப் புரிந்துகொள்ள முடிந்தது. அவளை ஆஸ்பத்திரிக்கு அழைத்தபோது, மறுத்துவிட்டாள். தயவுசெய்து என் வீட்டுக்காவது வந்து விடு என்று சொன்னபோதுதான், அந்த வார்த்தைகளை அவள் சொன்னாள். எனக்காக என் வீட்டிற்கு வருவதாகச் சொன்னாள். இரண்டு நாள் கழித்துப் போகலாம் என்றாள். ஆனாலும் அப்போதும் புகைத்துக் கொண்டுதானிருந்தோம்.

பழனிக்கு அவளை அழைத்து வருவதாக வேண்டிக்கொண்டிருந்ததைச் சொன்னேன். சம்பத்தின் கதையைச் சொன்னேன். அந்தப் பதினைந்து கோடி மதிப்பிலான பத்திரத்தைப் பற்றிச் சொன்னேன். அதை எடுத்து அவளிடம் காட்டினேன். ஒன்றுக்கும் உதவாமல் இரண்டாம் நம்பர் வேலை கூட செய்யலாமென யோசித்ததைச் சொன்னேன். தரையில் அமர்ந்திருந்து என்னுடைய தலைமுடியைக் கோதிவிட்டாள்.

''நான் இல்லாவிட்டாலும் இனிமேல் இந்த உலகத்திற்குத் திரும்பி வரவே கூடாது'' என்றாள். என் கரங்களை எடுத்து மென்மையாக முத்தமிட்டாள். வழக்கமாக அவள் இப்படிச் செய்யக்கூடிய ஆள் இல்லை.

நான் உடனடியாக சரி என்றேன். நிதர்சனத்தைப் புரிந்துகொள்ளும் நிதானத்தில் இருந்தேன். இது மாதிரியான சம்பவங்களைப் பற்றி நிறையக் கேள்விப்பட்டிருக்கிறேன் என்றாலும், எனக்கென்று வரும்போது துக்கத்தின் முகட்டில் நின்று அரற்ற வேண்டும்போல இருந்தது. ஆனாலும் நம்பிக்கை கொஞ்சம் மிச்சமிருப்பதுபோல தோன்றியது. அவள் தன்னுடைய அடையாள அட்டைகளையெல்லாம் என்னிடம் கொடுத்துவிட்டு, ''ஒரு வேளை எனக்கு ஏதாவது நேர்ந்தால் இவற்றை அழித்து விடு'' என்றாள்.

''என்னுடைய பிணத்தை அனாதைப் பிணம் என்று சொல்லி புதைத்து விடு. நான் இந்த உலகத்தில் இருந்து காணாமல் போய் விடவேண்டும். நான் எங்கேயோ சுற்றிக் கொண்டிருப்பதாக இந்த உலகம் நம்ப வேண்டும்'' என்றாள். அப்படியெல்லாம் உனக்கு ஒன்றும் நேராது என்றேன். அவள் விரக்தியாய்ச் சிரித்தாள். நான் வேண்டாத தெய்வங்கள் இல்லை. இது வரை எனக்கு அறிமுகமான எல்லா தெய்வங்களையும் காட்சிக்குக் கொண்டுவந்து வேண்டினேன். கடைசிக் கட்ட நம்பிக்கை எனக்குள் ஒட்டியிருந்தது. அதே சமயம் அடி வயிற்றில் இனம் புரியாத ஒரு வலி கவ்விப் பிடித்தது. அவள்

விரும்பும் நகரத்தில் அவளை அழைத்துச் செல்லலாம் என காத்திருந்தேன். இதுவரை இந்த உறவில் அவள் விரும்பாததை நான் செய்ததே இல்லை. அவள் இடையனாக இருந்தாள். நான் அவளை நம்பிய மந்தைகளில் உள்ள ஒரு ஆடாக இருந்தேன். அவளை வலுக்கட்டாயமாக அழைத்து அவளது மனதைக் காயப்படுத்தவும் விரும்பவில்லை. அவளைக் கட்டாயப்படுத்தினால் மறுத்து விடுவாள் என்பதும் எனக்கு நன்றாகத் தெரியும்.

அவளுடைய எண்ணிலிருந்து அம்மாவின் எண்ணுக்கு அழைத்தேன். அம்மாவிடம் தயங்கித் தயங்கி என்னுடைய வட நாட்டுத் தோழி ஒருத்திக்கு உடல் நிலை சரியில்லை. வீட்டுக்கு அழைத்து வருகிறேன் என்று சொன்னேன். ''தாராளமாகக் கூப்பிட்டுட்டு வாடா. அதுவும் நம்ம வீட்டுப் பொண்ணுதானே'' என்றது. டெய்ஸியிடம் அம்மாவின் ஃபோனைக் கொடுத்தபோது, வாங்கிக்கொள்ள மறுத்துவிட்டாள். நேரில் போய்ப் பேசிக் கொள்ளலாம் என்றாள். அன்றிரவு என் மடியில் படுத்துக் கொண்டாள். நானும் அவளும் ஒரு வார்த்தை கூட பேசிக் கொள்ளவில்லை. அவளது தலையைக் கோதி விட்டேன். அவள் கண்ணை மூடிப் படுத்திருந்தாள். கால்களை ஆட்டிக் கொண்டிருப்பதை வைத்து அவள் இன்னும் தூங்கவில்லை என்பதை உணர்ந்தேன். அவள் பலவீனமாக இருந்ததால் அவளைத் தொந்தரவு செய்யக் கூடாது என்பதால் எதுவும் பேசவில்லை. ஆனால், மனதிற்குள் அவளிடம் நிறைய பேசிக் கொண்டிருந்தேன். நிறைய கேள்விகளைக் கேட்டுக் கொண்டிருந்தேன். அவள் அதற்கெல்லாம் என்ன பதில் சொல்வாள் என்பதும் எனக்குத் தெரிந்தே இருந்தது. நான் விடிய விடியத் தூங்கவில்லை. அவளுடைய காலாட்டம் நின்றது. என் மடியில் அவளது உடம்பின் சூடு இருந்தது.

நான் அங்கிருந்த ஒரு நாளில், மங்கிய வெளிச்சம் இருந்த வேளையில் ப்ரெட் டோஸ்ட்டை கஷ்டப்பட்டுச் சாப்பிட்டுக் கொண்டிருந்தவள், அப்படியே சாய்ந்தாள். இரண்டு நிமிடம் உடல் மேலும் கீழும் தூக்கித் தூக்கிப் போட்டது. மேலும் கீழும் ஆடிக் கொண்டிருந்த அந்தத் தலையில் இருந்த அந்தக் கண்கள் என்னையே பார்த்துக் கொண்டிருந்தன. மூன்று நொடிகளுக்கும் குறைவான நேரத்தில் அந்த ஒளி வந்தடங்கியது. களுக்கென்று ஏதோவொரு நரம்பு உடைவதைப்போல ஒரு சத்தம் கேட்டது. அது நான் இதுவரை என் வாழ்வில் கேட்டேயிராத சத்தம். திடீரென ஒரு அமைதி. அதைத்தான் மரணத்தின் அமைதி என்கிறார்களா? நான் நம்பிக்கையாக இருந்தாலும் அடியாழத்தில் இதை எதிர்பார்க்கவும் செய்திருந்தேன். நின்று நிதானமாக உணர்வதற்குள் மரணம் வேகமாக வந்து முடிந்துவிடுகிறது.

வெளியில் வந்து அமர்ந்தேன். யாரைக் கூப்பிடலாமென யோசித்துப் பார்த்தேன். எங்களுக்கு அங்கு சரக்கு சப்ளை செய்தவனின் முகம் நினைவிற்கு வந்தது. நான் அவள் இருந்த அறைக்குள் போனேன். அவள் வயிறு தெரிய சரிந்து கிடந்தாள். அவளை நிமிர்த்தி அமர்த்தி டீ ஷர்ட்டைத் தூக்கி மார்பில் முகம் புதைத்துக் கட்டிக்கொண்டு படுத்தேன். அவளது வயிற்றில் என் கண்ணீர் கோடாய் ஓடியது. எனக்கு அந்தக் கணத்தில் பிணம் குறித்த பயம் இல்லாமல் போயிருந்ததை உணர்ந்தேன். ஒன்றிலிருந்து விடுபட இன்னொன்றைத் தியாகம் செய்ய வேண்டியிருக்கிறதோ? கண்ணீர் வற்றுகிற வரை அழுது தீர்த்தேன்.

டெய்ஸியின் அத்தனை அடையாள அட்டைகளையும் அவளது துணியையும் போட்டு எரித்தேன். நிறைய அட்டைகளுக்கு நடுவே என்னுடைய பாஸ்போர்ட் சைஸ் புகைப்படம் ஒன்றும் இருந்தது. சப்ளையர் வந்து சேர்ந்திருந்தான். அவனிடம் அவள் சொன்னதைச் சொன்னேன். எங்கள் உலகத்தில் இருப்பவன் அல்லவா? புரிந்து கொண்டான். நிறைய செலவாகும் என்றான். டெய்ஸியின் கையில் போதுமான பணம் இருந்தது. ஒரு கவரில் அமெரிக்க டாலர்கள் சிலவும் இருந்தன. இரவு ஒரு மணிக்கு வருவதாகச் சொல்லிச் சென்றான். இரவு நான்கைந்து ஆட்களுடன் ஜீப்பில் வந்தான். யாரும் யாரோடும் முகம் கொடுத்துப் பேசிக் கொள்ளவில்லை. அமைதியாக இயந்திர கதியில் நடந்தது எல்லாம். வானம் தெளிவாக இருந்தது. இத்தனை நட்சத்திரங்களை என் வாழ்நாளில் பார்த்ததேயில்லை. அவை எல்லாம் கிட்டத்தில் தெரிந்தன. டெய்ஸியின் இறுதி ஊர்வலம் புறப்பட்டது. அவர்கள் வருவதற்கு முன்பு அவளது முகத்தைக் கழுவி, துடைத்து, பவுடர் போட்டிருந்தேன். அவள் முகம் மலர்ச்சியாக இருந்தது. தனியார் அடக்கம் செய்யும் மையம் ஒன்றில் டெய்ஸியைக் கொண்டுபோய்ப் புதைத்தோம். அந்த நிலவொளியில் நான் தேடியபோது, வயலட் நிறத்தில் பெரிய இலை ஒன்று தட்டுப்பட்டது. அது என்ன என்றேன் சப்ளையரிடம். காட்டுச் சேம்பு இலைகள் என்றான். பார்ப்பதற்குப் பெரிய வடிவிலான இதயம்போல இருந்தது. அதில் சில இலைகளை எடுத்து வந்து டெய்ஸியின் சமாதியில் வைத்தேன். அந்த இரவில் பயம் என்கிற உணர்வே இல்லாமல் நடந்தே பேருந்து நிலையத்திற்கு வந்து சேர்ந்தேன். டெய்ஸி தெய்வமாக என்னோடு இருப்பாள் என்று உறுதியாகத் தோன்றியது.

25

நான் திரும்பவும் அடிவாரத்திற்கு வந்தேன். நான் இதுவரை யாருக்கும் பொறுப்பேற்றுக் கொண்டதில்லை. யார் சாவும் என்னை உலுக்கியதில்லை. டெய்ஸி ஒரு புகை மூட்டமாக எனக்குள் தங்கிப் போனாள். அவளை வெளியில் கொண்டுவர மனதார விரும்பினேன். நான் தப்பிப்பதற்காக மனதளவில் அவளைப் பணயம் வைத்தேன். என்னுடைய ஆட்டத்தையெல்லாம் முடித்துக் கொள்ளலாம் என்று தோன்றியது. அவள் கடைசி ஆசையாகச் சொன்னதையாவது நிறைவேற்றலாம் என்று தோன்றியபோது வழக்கமாக நெஞ்சில் பரவும் அந்த வலி இல்லாமல் போனது. இலகுவாக உணர்ந்தேன். அன்றிரவு முழுவதும் நான் புகைக்கவே இல்லை.

இரவு முழுக்கத் தூங்கவேயில்லை, 'அவளுக்காக... அவளுக்காக...' என திரும்பத் திரும்ப அந்த வார்த்தைகளையே உச்சரித்துக் கொண்டிருந்தேன். நான் தங்கியிருந்த அறையின் மொட்டை மாடியில் இருந்து இரவு முழுவதும் பழனி மலையையே பார்த்துக் கொண்டிருந்தேன். அதிகாலை வெளிச்சம் வருகிற வரை அப்படியே அமர்ந்திருந்தேன். சூரியன் ஒரு ஜுவாலையாய் எழுந்து அந்த மலையில் பட்டு எதிரொளித்தது. என் முகத்தில் அந்த மஞ்சள் ஒளி விழுந்தது. பையைத் துழாவி முத்தலிப் கொடுத்த அந்த ஏழு அஜ்வா பழங்களைத் தேடி எடுத்தேன். பதப்படுத்தப்பட்ட பழங்களான அவை அப்படியே இருந்தன. நிதானமாக இதய சுத்தியோடு ஆத்மார்த்தமான விருப்பத்தோடு அந்தப் பழங்களை மென்று தின்றேன்.

திடீரென ராட்சதக் கையொன்றின் மீது அமர்ந்திருப்பதைப்போல தோன்றியது. அப்படியே மெதுவாக மிதந்து போய் வின்ச் வரிசையில்

நின்றேன். என்னை யாரும் அடையாளம் கண்டுகொள்ளவில்லை. என்னை அந்தக் கை ஏற்றி அமர வைத்தது. வண்டி கொஞ்ச தூரம் போனவுடன் அந்தக் கை பின்புறமாக என் தலையைத் திருப்பிக் காட்டியது. அடி ஆழம் பயமாக இல்லை. காட்சிகள் சாதாரணமாகத் தெரிந்தன. தலையில் ரத்தம் பரவவில்லை. மூக்கைத் தொட்டுப் பார்த்தேன். அந்தக் கை மூக்கிலிருந்து என் விரல்களை விடுவித்தது.

அன்று கோயிலில் கூட்டம் அதிகமில்லை. அந்தக் கை என்னை கோயிலுக்குள் அழைத்துப் போனது. ராஜ அலங்காரத்தில் முருகன் இருந்தார். அப்பா நினைவிற்கு வந்தார். அப்பா ராஜ கோலத்தில் சிரித்தார். அந்தக் கை காணாமல் போயிருந்தது. நான் தனியாகவே யார் துணையும் இல்லாமல் படியிறங்கினேன். வழியில் எழுபது வயதுக்கு மேல் இருந்த அம்மா சிரமப்பட்டு ஏறி வந்தது. மறித்துக் காரணத்தைக் கேட்டேன். ஒரே பையன் தீவிரக் குடியில் விழுந்துவிட்டானாம். வெளியே வரப் பிரியப்படுகிறான். ஆனால், முடியவில்லை. அவனுக்குப் பதில் வேண்டுதலாக அந்த மூதாட்டி ஏறி வந்து கொண்டிருந்தார். ''கண்டிப்பாக முடியும். முடியும் என்பதைக் காட்டியவன் சொன்னான் என்று சொல்லுங்கள். விருப்பப்பட்டு விடுபட்டவன் சொன்னான் என்று சொல்லுங்கள்'' என்றேன். அந்தத் தாய்க்கு மகிழ்ச்சி. காலில் விழுந்து ஆசீர்வாதம் வாங்கினேன். பக்கத்துத் திண்டிலிருந்து விபூதியை எடுத்துப் பூசிவிட்டது. கையில் இருந்த விபூதியை மீண்டும் அந்தத் திண்டிலேயே தட்டிவிட்டு, சிவன் சொத்து குல நாசம் என்று சொல்லிவிட்டுக் கடந்து போனார் அந்த மூதாட்டி.

எனக்கு உடனடியாக அம்மாவைப் பார்க்க வேண்டும்போல இருந்தது. அத்தையைப் பார்க்க வேண்டும்போல இருந்தது. அதற்கு முன்னால் ஜார்ஜ் ஆண்டனியைப் பார்க்க வேண்டும். ஜார்ஜ் கண்டிப்பாக என்னை மூன்றாவது முறையும் மன்னித்துவிடுவான் என்கிற நம்பிக்கை இருந்தது. நான் ஜார்ஜினுடைய தோட்டத்தில் நுழைந்தபோது நான் தண்ணீர் விட்டு, காய்ந்து போன கொய்யாச் செடிகள் அத்தனையிலும் பச்சைத் துளிர்கள் வந்திருந்தன. மழை வருவதற்கான அறிகுறிகள் தெரிந்தன. நான் ஓடிப் போய் அஜ்வா செடிகளைப் பார்த்தேன். அஜ்வா வேர் பிடித்து அதிலிருந்து புதிய குருத்துகள் வானத்தைப் பார்த்தன. அதனோடு சேர்ந்து நானும் வானத்தைப் பார்த்தபோது, அந்த ராட்சதக் கை ஒரு குடைபோல் எங்களது தோட்டத்தை மூடியிருந்தது.

●